தானா எழுதும் பேனா!

(தொழில்நுட்பக் கட்டுரைகள்)

தானா எழுதும் பேனா!

(தொழில்நுட்பக் கட்டுரைகள்)

எ ன். சொ க்கன்

Title: Thaana Ezhuthum Penaa
Author's Name: N Chokkan
Copyright © N Chokkan
Published by ZDP Specifics

(An imprint of Zero Degree Publishing)
No. 55(7), R Block, 6th Avenue,
Anna Nagar,
Chennai - 600 040

Website: www.zerodegreepublishing.com
E Mail id: zerodegreepublishing@gmail.com
Phone: 89250 61999

ZDP Specifics First Edition:May2023
ISBN: 978-93-95222-17-4
TITLE NO ZDPS: 55

Cover Design & Layout: Vijayan, Creative Studio

உள்ளே

முன்னுரை 7

1. குக்கீஸ்: நன்மையா? தீமையா? 11

2. மின்வாடிக்கையாளர்கள் கவனத்துக்கு 16

3. ஈலானின் டுவிட்டர் எப்படி இருக்கும்? 21

4. ஒருவர் வெற்றி மற்றவர் தோல்வியா? 26

5. மெதுகணினியை என்ன செய்யலாம்? 30

6. ஏபிசிடி டாட் பார்ட் ஒன் 36

7. முப்பரிமாணக் காட்சித் தொழில்நுட்பம் 41

8. ஒலி வடிவில் உலகை ஈர்க்கும் கிளப்ஹவுஸ் 45

9. ஜூம்: வம்புகளும் வாய்ப்புகளும் 49

10. சானல் தொடங்கலாம் வாங்க 54

11. நாள்தோறும் நடை 60

12. அறிவை வளர்க்கும் பாட்காஸ்ட்கள் 65

13. விற்பனையைப் பெருக்க உதவும் டிஜிட்டல் தளங்கள் 70

14. ஸ்டார்ட்டப் உலகம் 76

15. வீட்டுக்குள் எட்டிப்பார்க்கும் விஷமச் செயலிகள் 82

16. காலி ஓடை 87

17. கல்லூரிக்குள் பிறக்கும் கம்பெனிகள் 91

18. வீட்டுவேலை ரோபோக்கள் 96

19. பொழுதுபோக்கில் ஒரு புரட்சி 101

20. கார் பகிர்தல் 106

21. ஆட்டோமேஷன்: மனிதர்களின்
    வேலைகளைப் பறித்துவிடுமா? 109

22. தானா எழுதும் பேனா! 115

முன்னுரை

பொறியாளன், எழுத்தாளன் என்கிற இரு முகங்கள் எனக்கு உண்டு. இந்த இரண்டும் முற்றிலும் வேறுபட்டவை என்கிற பொதுவான கருத்தால் பலரும் என்னுடைய இந்த இரட்டை வேடத்தைப்பற்றிய வியப்பைத் தெரிவித்திருக்கிறார்கள்.

உண்மையில் நான் இந்த இரு முகங்களையும் வெவ்வேறாகக் கருதவில்லை. பொறியியலில் (அதாவது, கல்லூரியிலும் வேலையிலும்) நான் கற்றுக்கொண்ட சிந்தனைமுறைகளை எழுத்திலும், எழுத்தில் கற்றுக்கொள்கிற ஒழுக்கங்களை, உத்திகளைப் பணியிலும் என்னால் பயன்படுத்திக்கொள்ள இயலுகிறது. அதனால், என்னைப்போல் இந்த இரண்டிலும் மகிழ்ந்து ஈடுபடக்கூடியவர்கள் இன்னும் நிறையப் பேர் இருப்பார்கள் என்றுதான் நினைக்கிறேன்.

தகவல் தொழில்நுட்பத்துறையில் பணியாற்றுகிறவன் என்றமுறையில் நான் கவனித்துவருகிற மாற்றங்கள், முன்னேற்றங்கள், புதிய கண்டுபிடிப்புகள், அவற்றின் தாக்கங்கள் போன்றவற்றைத் தொடர்ந்து பதிவுசெய்துவருகிறேன். அப்படிக் கடந்த ஐந்தரை ஆண்டுகளில் (2017 ஃபிப்ரவரி முதல் 2022 நவம்பர்வரை) நான் பல்வேறு அச்சு, இணைய இதழ்களில்

எழுதிய தொழில்நுட்பக் கட்டுரைகளின் தொகுப்புதான் இந்த நூல்.

இவ்வுலகில் இதுவரை வந்துள்ள மாற்றங்கள், முன்னேற்றங்கள் அனைத்தும் அந்தந்தக் காலகட்டத்தின் அறிவியல், தொழில்நுட்ப வளர்ச்சியின்மூலம் கிடைத்தவைதான். அதன்மூலம் ஆங்காங்கு அழிவுகளும் ஏற்பட்டிருந்தாலும், அவற்றைக் குறைக்க முயல்வதுதான் சரியான வழி, புதியவற்றைக் கண்டு ஒதுங்குவது அல்ல. அவ்வகையில் புதிய தொழில்நுட்பங்களைப்பற்றிய அச்சத்தை மக்கள் மனத்திலிருந்து விலக்கவும், அவற்றை நமக்கு வசதியாகப் பயன்படுத்திக்கொள்வது எப்படி என்று விளக்கவும் இந்தக் கட்டுரைகள் முயல்கின்றன. இந்த மாற்றத்தால் இது நடந்துவிடுமோ, அது நடந்துவிடுமோ என்பதுபோன்ற ஊகங்களுக்கு உறுதியான பதிலை உடனடியாக அளிக்க இயலாவிட்டாலும், எந்தத் திசையில் சிந்திப்பது சரியாக இருக்கும் என்று தெரிவித்துவிட்டால் மக்கள் ஓர் அறிவார்ந்த தீர்மானத்தை எடுக்க அது உதவும்.

இந்தக் கட்டுரைகள் அந்தந்தத் தொழில்நுட்பங்களைப்பற்றிய முழுமையான பார்வையைக் கொடுத்துவிடுமா என்றால், கண்டிப்பாக இல்லை. இதழ்களில், அதிலும் குறிப்பாகத் தமிழ் இதழ்களில் இத்தனை சொற்களுக்குள் விஷயங்களைச் சொல்லவேண்டும், அதுவும் பெரும்பாலானோருக்கு ஓரளவு புரிகிற அளவில் எளிமைப்படுத்திச் சொல்லவேண்டும் என்ற கட்டாயம் இன்னும் இருக்கிறது. அதனால், மேலோட்டமான ஓர் அறிமுகத்தைத்தான் இந்தக் கட்டுரைகள் வழங்குகின்றன. அதுபற்றி மேலும் தெரிந்துகொள்கிற ஆர்வத்தை இவை வழங்கினால் மகிழ்ச்சி.

அதேபோல், இந்தக் கட்டுரைகள் அந்தந்தக் காலகட்டத்தின் *Snapshot* பதிவுகள்தாம். இவை எழுதப்பட்டு ஓரிரு ஆண்டுகள் ஆகிவிட்டன என்பதால் இந்தத் தொழில்நுட்பங்கள், செய்திகள் சார்ந்த புதிய மாற்றங்களும் ஏற்பட்டிருக்கும், சில விஷயங்கள் முற்றிலும் தேவையற்றுப்போயிருக்கலாம், தோல்வியடைந்திருக்கலாம். இந்தச் சமீபத்திய தகவல்களையும்

தெரிந்துகொண்டு படித்தால் வாசகருக்கு ஒரு முழுமையான பார்வை கிடைக்கும்.

இந்தக் கட்டுரைகளுக்கு இடம் அமைத்துத் தந்த பல்வேறு இதழ்களின் ஆசிரியர்களுக்கு என்னுடைய நன்றி. இவற்றைத் தொகுத்து வெளியிடும் 'ஸீரோ டிகிரி' குழுமத்துக்கும் நன்றி. இந்நூலைப் படித்து, பரிசளித்து, பகிர்ந்துகொள்ளப்போகும் உங்களுக்கும் நன்றி.

என்றும் அன்புடன்,
என். சொக்கன்,
பெங்களூரு.

nchokkan@gmail.com
http://www.nchokkan.com/

1. குக்கீஸ்: நன்மையா? தீமையா?

ஒரு துணிக்கடைக்குள் நுழைந்து ஜீன்ஸ் தேடுகிறீர்கள். அதில் ஒரு ஜீன்ஸ் உங்களுக்கு மிகவும் பிடித்திருக்கிறது. ஆனால், அதன் விலை மிகவும் கூடுதலாக இருக்கிறது. 'அப்புறம் பார்க்கலாம்' என்று அதை வைத்துவிட்டு வெளியில் வருகிறீர்கள்.

சிறிது தொலைவில் ஓர் உணவகம். அங்கு நுழைந்து, 'ஸ்ட்ராங்கா ஒரு ஃபில்டர் காஃபி' என்கிறீர்கள்.

சிறிது நேரத்தில் காஃபி வருகிறது. அந்தக் கோப்பையில் நீங்கள் சற்றுமுன் பார்த்த அந்த ஜீன்ஸின் படம் அச்சிடப்பட்டிருக்கிறது, அதற்குக் கீழ் 'முந்துங்கள், இந்த ஜீன்ஸ் விரைவில் விற்றுத் தீர்ந்துவிடும்' என்று ஓர் அறிவிப்பு.

அதைப் பார்த்ததும் உங்களுக்கு அதிர்ச்சி, 'நான் அந்தக் கடையில ஜீன்ஸ் பார்த்தது இந்த ஹோட்டல்காரருக்கு எப்படித் தெரியும்?' என்று திகைக்கிறீர்கள்.

உண்மை வாழ்க்கையில் பெரும் திகைப்பை அளிக்கிற இந்தக் கதை உங்களுடைய இணைய வாழ்க்கையில

அன்றாடம் நடந்துகொண்டிருக்கிறது. அதாவது, ஓர் இணையதளத்தில் நீங்கள் பார்த்த ஜீன்ஸோ, புத்தகமோ, மிக்ஸியோ, குக்கரோ அதற்குச் சற்றும் தொடர்பில்லாத இன்னோர் இணையதளத்தில் உங்களுக்குத் தென்படுகிறது. இது எதேச்சையாக நடக்கிற விஷயம் இல்லை. அந்த இரு இணையதளங்களும் இன்னும் பலப்பல இணையதளங்களும் ஒன்றாக இணைகிற ஒரு பொதுப்புள்ளி இருக்கிறது, அந்தப் புள்ளியுடன் நீங்களும் வலுவாக இணைக்கப்பட்டிருக்கிறீர்கள், அதைச் சாத்தியமாக்குவது, 'குக்கீஸ்' (Cookies) எனப்படும் தொழில்நுட்பம்.

குக்கீஸ் என்றதும் 'இதை எங்கயோ பார்த்தமாதிரி இருக்கு' என்று யோசிக்கிறீர்களா? கண்டிப்பாகப் பார்த்திருப்பீர்கள். பல இணையதளங்களில் நாம் முதன்முறையாக உள்நுழையும்போது குக்கீஸைப் பயன்படுத்த அனுமதி கோருவார்கள். நாமும் அதை முழுக்கப் படிக்காமல் 'சரி' என்கிற பொத்தானை அழுத்திவிடுவோம். அந்தக் குக்கீஸ்தான் இது.

அடிப்படையில் குக்கீஸ் என்பவை சிறு எழுத்துக்கோப்புகள் (text files). இவற்றில் உங்களைப்பற்றி, அதாவது, ஒரு குறிப்பிட்ட இணையதளத்தைப் பார்க்கிறவர் யார் என்பதைப்பற்றிய தனித்துவமான தகவல்கள் பதிவாகியிருக்கின்றன. இவற்றைக்கொண்டு அந்த இணையதளம் உங்களை ஒவ்வொருமுறையும் சரியாக அடையாளம் கண்டுகொள்கிறது.

இதைப் புரிந்துகொள்வதற்கு ஓர் எளிய எடுத்துக்காட்டைப் பார்ப்போம். நீங்கள் ஒரு மளிகைக்கடை வைத்திருக்கிறீர்கள், அங்கு வருகிற ஒவ்வொருவரையும் பெயர் சொல்லி அழைத்து வரவேற்கவேண்டும் என்று விரும்புகிறீர்கள். ஆனால், ஆயிரக்கணக்கானவர்களுடைய பெயர்களை நீங்கள் எப்படி நினைவில் வைத்துக்கொள்ளமுடியும்? அதற்காக நீங்கள் ஒரு வழி கண்டுபிடிக்கிறீர்கள்: உங்கள் கடைக்கு வருகிற ஒவ்வொருவருடைய தோளிலும் ஒரு ஸ்டிக்கரை ஒட்டி, அதில் அவருடைய பெயரை எழுதிவிடுகிறீர்கள். அதன்பிறகு, யார் உங்களுடைய கடைக்கு வந்தாலும் அவர்களுடைய தோளை

எட்டிப்பார்த்தால் போதும், 'வணக்கம் திரு. வாசுதேவன்' என்றோ, 'திருமதி. சுமிதா, நல்லாயிருக்கீங்களா?' என்றோ நீங்கள் அவர்களைச் சரியாக வரவேற்கலாம்.

அந்த ஸ்டிக்கரில் நீங்கள் பெயரைமட்டும்தான் எழுதவேண்டும் என்று இல்லை. பெயர், வயது, சைவமா, அசைவமா, பிடித்த இனிப்புப்பண்டம், தொலைபேசி எண் என்று பல விஷயங்களை நீங்கள் எழுதலாம். அவற்றைப் பயன்படுத்தி இன்னும் நுட்பமாக நீங்கள் அவர்களை வரவேற்கலாம், 'வாங்க மிஸ்டர் கண்ணன், உங்களுக்குப் பிடிச்ச அல்ஃபோன்சா மாம்பழம் இப்பதான் வந்திருக்கு, ஒரு கிலோ போடட்டுமா?' என்று கேட்கலாம்.

கற்பனை நன்றாகத்தான் இருக்கிறது. எனினும், உண்மையில் எந்தக் கடையும் வாடிக்கையாளர்களுடைய தோளில் அப்படி ஒரு ஸ்டிக்கரை ஒட்ட முடியாது. ஆனால், இணையத்தில் அது சாத்தியம். நீங்கள் செல்கிற பெரும்பாலான இணையத்தளங்கள் அதுபோன்ற ஸ்டிக்கர்களை உங்கள்மீது, அதாவது, உங்களுடைய கணினியில் ஒட்டிவிடுகின்றன, அதில் உங்களைப்பற்றிய பல தகவல்களைத் திரட்டுகின்றன. பிறகு அவற்றை வைத்து உங்களுக்குத் தனிப்பயனான (Personalized) சேவை வழங்குகின்றன. அந்த ஸ்டிக்கர்களைத்தான் குக்கீஸ் என்கிறோம்.

இதைக் கேட்டதும் குக்கீஸை நினைத்து உங்களுக்குள் ஓர் அச்சம் வரலாம், இணையதளங்கள் நம்மைப்பற்றித் தகவல் திரட்டி அதை நமக்கு எதிராகப் பயன்படுத்துமோ என்கிற பதற்றம் உண்டாகலாம். ஆனால், பல தொழில்நுட்பங்களைப்போல் குக்கீஸ்ும் அடிப்படையில் நல்லதுதான். அதை வைத்து இணையதளங்கள் என்ன செய்கின்றன என்பதை வைத்துதான் அது நல்ல நோக்கத்துக்குப் பயன்படுகிறதா தீய நோக்கத்துக்குப் பயன்படுகிறதா என்பதைத் தீர்மானிக்க இயலும்.

எடுத்துக்காட்டாக, நீங்கள் ஓர் இணையதளத்துக்குச் சென்று நான்கு புத்தகங்களைத் தேர்ந்தெடுக்கிறீர்கள் என்றால், அந்த நான்கு புத்தகங்களையும் நினைவில் வைத்திருந்து பின்னர் நீங்கள் அவற்றை மொத்தமாக வாங்குவதற்கு உதவுவதுகூட குக்கீஸ்தான். அந்த வசதி இல்லாவிட்டால் நீங்கள் இரண்டாவது புத்தகத்தைத்

தேர்ந்தெடுத்ததும் முதல் புத்தகம் காணாமல்போய்விடும்.

இதுபோல் இணையத்தில் நம்மை அடையாளம் கண்டு நமக்கேற்ற சேவையை வழங்கும் பல வசதிகளைக் குக்கீஸ்தான் சாத்தியப்படுத்துகின்றன. இவற்றை *First-party Cookies* என்கிறார்கள். அதாவது, ஓர் இணையதளத்தால் வைக்கப்பட்டு அந்த இணையதளத்தால் மட்டும் பயன்படுத்தப்படும் குக்கீஸ்.

மாறாக, ஓர் இணையதளத்திலிருந்து இன்னோர் இணையதளத்துக்குச் செல்லும்போதும் நம்மைப்பற்றிய தகவல்கள் தொடர்ந்து பின்பற்றப்படுகின்றன என்றால், அது *Third-party Cookies*ஆல் சாத்தியப்படுகிறது. அதாவது, நாம் எந்த இணையதளங்களைப் பார்த்தோம், அங்கு எவ்வளவு நேரம் செலவிட்டோம், என்ன தேடினோம், இணையத்தைப் பார்ப்பதற்கு நாம் பயன்படுத்தும் கருவி என்ன என்பதுபோன்ற பல தகவல்கள் இணையதளங்களுக்கிடையில் பகிர்ந்துகொள்ளப்படுகின்றன. பின்னர் அந்தத் தகவலை வைத்து நமக்கு ஏற்ற விளம்பரங்கள் காண்பிக்கப்படுகின்றன. இதன்மூலம், நாம் விளம்பரங்களைக் கிளிக் செய்வதற்கான வாய்ப்பு கூடுதலாகிறது.

ஆனால், உண்மையில் குக்கீஸ்மூலம் பகிர்ந்துகொள்ளப்படும் தகவல்கள் விளம்பரங்களைச் சரியாக முன்வைப்பதற்குதான் பயன்படுத்தப்படுகின்றனவா? அல்லது, அதை வைத்து வேறு ஏதாவது தில்லுமுல்லுகள் நடக்கின்றனவா? இந்தக் கேள்விக்கான பதிலை நம்மால் உறுதியாகச் சொல்ல இயலாது.

இதில் ஒரு நல்ல விஷயம், நம்முடைய கணினியில் எந்தமாதிரியான குக்கீஸ் வைக்கப்படவேண்டும், யார் வைக்கிற குக்கீஸை நாம் ஏற்போம் என்பவற்றை நம்முடைய உலாவியில் (*Browser*) நாமே தீர்மானித்துக்கொள்ளலாம். புதிதாக எந்த இணையதளத்துக்குச் செல்லும்போதும் அவர்களுடைய குக்கீஸை ஏற்பதா மறுப்பதா என்பது நம்முடைய தீர்மானம்தான். ஒருவேளை, இதில் நமக்கு ஐயமோ தயக்கமோ இருந்தால்

இயன்றவரை *Third-party Cookies*ஐ மறுத்துவிடலாம்.

உங்கள் கணினியில் இப்போது எத்தனை குக்கீஸ் உள்ளன, அவை யாரால் வைக்கப்பட்டவை, அவற்றில் என்னென்ன தகவல்கள் உள்ளன, அவை எத்தனை நாள் அங்கு இருக்கும் என்பதுபோன்ற தகவல்களைத் தெரிந்துகொள்ள, உங்கள் *Browser*ன் *'Settings'* அல்லது *'Preference'* பக்கத்துக்குச் சென்று *'Cookies'* என்று தேடுங்கள். வேண்டாத குக்கீஸை நீக்கும் வசதியும் அங்கு உள்ளது.

(மே 2022)

2. மின்வாடிக்கையாளர்கள் கவனத்துக்கு...

சூழல் 1:

உங்கள் மேசைமேல் ஒரு நாளிதழ் இருக்கிறது. இன்றைய செய்திகளைத் தெரிந்துகொள்ளலாம் என்று நீங்கள் அதை எடுத்துப் பிரிக்கிறீர்கள். அதில் ஆங்காங்கு சில விளம்பரங்கள் தெரிகின்றன. நீங்கள் 'அட' என்று ஈர்க்கப்பட்டு அந்த விளம்பரங்களில் ஒன்றைக் கவனிக்கிறீர்கள், மறுநாள் கடைக்குச் செல்லும்போது அந்தப் பொருளைத் தேடி வாங்குகிறீர்கள்.

சூழல் 2:

அதே மேசைமேல் ஒரு கணினியும் இருக்கிறது, அல்லது, ஒரு செல்ஃபோன் இருக்கிறது. நீங்கள் அதில் நுழைந்து அதே நாளிதழின் இணையதளத்துக்குச் செல்கிறீர்கள், செய்திகளைப் படிக்கிறீர்கள். அந்தப் பக்கத்தில் ஆங்காங்கு சில விளம்பரங்கள் தெரிகின்றன. நீங்கள் 'அட' என்று ஈர்க்கப்பட்டு அந்த விளம்பரங்களில் ஒன்றைக் கிளிக் செய்கிறீர்கள், அங்குள்ள பொருளை வாங்குகிறீர்கள்.

இந்த இரண்டு சூழல்களும் ஒன்றுதான் என்று உங்களுக்குத் தோன்றலாம். ஆனால், இந்த இரண்டுக்கும் இடையில் ஒரு மிக முக்கியமான வேறுபாடு இருக்கிறது: செயற்கை அறிவு

(Artificial Intelligence) அல்லது இயந்திரக் கற்றல் *(Machine Learning)* தொழில்நுட்பம்தாந் அது.

முதல் சூழலில் அந்தச் செய்தித்தாள் ஏற்கெனவே அச்சிடப்பட்டுவிட்டது, பல ஆயிரம் பிரதிகளாகப் பல ஆயிரம் வீடுகள், கடைகள், அலுவலகங்களுக்குச் சென்றுவிட்டது. அங்கு யார் அந்தச் செய்தித்தாளை எடுத்துப் பார்த்தாலும் அதே விளம்பரங்கள்தாந் வரும். பத்து வயதுச் சிறுவனும் அறுபது வயது முதியவரும் ஒரே விளம்பரங்களைத்தாந் பார்ப்பார்கள். அதில் வரும் பொருட்கள் சிலருக்குப் பிடிக்கும், சிலருக்குப் பிடிக்காது. பிடித்தவர்கள் அவற்றை வாங்குவார்கள், பிடிக்காதவர்கள் வாங்கமாட்டார்கள், அவ்வளவுதாந்.

ஆனால், இரண்டாவது சூழல் அப்படியில்லை. அந்தக் கணினி அல்லது செல்ஃபோனில் அந்த நாளிதழின் தளம் அச்சிடப்படவில்லை. அதை யார் எடுத்துப் பிரிக்கிறார்கள் என்பதைப் பொறுத்து அவர்களுக்குப் பிடிக்கக்கூடிய பொருட்களை அந்த இணையதளம் காண்பிக்கிறது. சில நேரங்களில் சில குறிப்பிட்ட விளம்பரங்களைத் திரும்பத் திரும்பக் காண்பித்துப் பிடிக்கச்செய்கிறது, வாங்கவைக்கிறது.

எடுத்துக்காட்டாக, ஒரு சிறுவன் அந்த இணையதளத்தில் செய்திகளைப் படிக்கும்போது ஒரு பொம்மையின் விளம்பரம் அங்கு தோன்றலாம். அதே தளத்தை ஒரு முதியவர் பயன்படுத்தும்போது புனிதப் பயணம் செல்வதற்கான விளம்பரம் அங்கு தோன்றலாம். ஆனால், யாருக்கு எது பிடிக்கும் என்று அந்த இணையதளத்துக்கு எப்படித் தெரியும்?

சிறுவனுக்குப் பொம்மை, முதியவருக்குப் புனிதப் பயணம் என்று இங்கு சொல்லியிருப்பது ஒரு மிக எளிய எடுத்துக்காட்டுதாந். இதுபோல் நம் அறிவுக்கு எட்டாத இன்னும் பலப்பல வழிகளில் கணினிகள் நம்மைப்பற்றிப் புரிந்துகொள்கிந்றன, நம்முடைய செயல்பாடுகளை வைத்தே நம்மைப்பற்றித் தெரிந்துகொள்கிந்றன, அல்லது, நம்மைப்போன்ற வயதுள்ள, சமூகப் பின்னணியுள்ள, ஆர்வமுள்ள மக்களுடைய விருப்பங்களை நம்மீது திணித்து நாம் அதற்கு மயங்குகிறோமா

என்று ஆழம் பார்க்கின்றன. இவை அனைத்தும் அந்தக் கணினியின் அறிவைப் படிப்படியாக உயர்த்துகின்றன. அதன்மூலம், நாம் எந்தமாதிரியான விளம்பரங்களைக் கிளிக் செய்யக்கூடும் என்று அவற்றால் ஓரளவு துல்லியமாகக் கண்டுபிடித்துவிட இயலுகிறது.

இது வெறும் விளம்பரங்களோடு நின்றுவிடுவதில்லை. ஈகாமர்ஸ் எனப்படும் மின்வணிகத் தளங்கள் செயற்கை அறிவை இன்னும் பல விஷயங்களுக்குப் பயன்படுத்துகின்றன. எடுத்துக்காட்டாக, நீங்கள் எந்த நேரத்தில் எந்தப் பொருளை வாங்கக்கூடும், அது எந்த விலையில் இருந்தால் வாங்கக்கூடும், நீங்கள் அதை எந்த இடத்தில் பெறக்கூடும் (Deliver Location), அந்தப் பொருள் உங்களுக்குப் பிடிக்குமா, பிடிக்காதா, நீங்கள் அதைத் திரும்ப அனுப்பும் வாய்ப்புகள் எவ்வளவு, நீங்கள் அந்தப் பொருளுக்கு எந்தக் கிரெடிட் கார்டைப் பயன்படுத்தக்கூடும், நீங்கள் அந்தக் கிரெடிட் கார்ட் பில்லை ஒழுங்காகச் செலுத்துவீர்களா, மாட்டீர்களா, வணிகத்தளம் எந்த வண்ணத்தில் இருந்தால் உங்களுக்குப் பிடிக்கும், அதன் பின்னணியில் எந்தப் படம் இருந்தால் நீங்கள் அங்கு கூடுதல் நேரம் செலவிடுவீர்கள், பொத்தான்களின் வண்ணம், வடிவம், அளவு எப்படி இருக்கவேண்டும்... இப்படித் திரையிலும் அதற்குப் பின்னாலும் நூற்றுக்கணக்கான விஷயங்களைக் கணினிகள் தொடர்ந்து சிந்தித்துக்கொண்டிருக்கின்றன, அதன் அடிப்படையில் உங்களைக் கண்டிப்பாக வாங்கவைக்கக்கூடிய, உங்களை மகிழ்ச்சியாக வைத்திருக்கக்கூடிய ஓர் அனுபவத்தை வழங்குகின்றன.

சென்ற பத்தியில் சொல்லப்பட்டிருக்கும் விஷயங்களையெல்லாம் ஒரு தனி மனிதர் செய்தால் அவர் குழம்பிப்போய் பாயைப் பிராண்ட ஆரம்பித்துவிடுவார். ஆனால், கணினிக்கு அந்தப் பிரச்சனையே இல்லை. உங்களைப்பற்றிய தகவல்களையும் உங்களுடைய ஒவ்வொரு நடவடிக்கையையும் அவை கூர்ந்து கவனிக்கின்றன, அவற்றை வைத்துப் பல விஷயங்களைக் கணக்கிடுகின்றன.

இந்தக் கணிப்புகள் அனைத்தும் சரியாக இருக்கும் என்று உத்தரவாதம் இல்லை. ஆனால், அதுவும் கணினிக்கு மகிழ்ச்சிதான். எது தவறான கணிப்போ அதைப் பயன்படுத்திப் பாடம் கற்றுக்கொள்கிறது, அடுத்த கணிப்பை இன்னும் துல்லியமாகச் செய்கிறது.

இன்றைய தேதிக்குச் சிறிய, நடுத்தர, பெரிய ஈகாமர்ஸ் தளங்கள் அனைத்திலும் இதுபோன்ற இயந்திரக் கற்றல் தொழில்நுட்பங்கள் பயனில் இருக்கின்றன. வாடிக்கையாளராகிய நமக்கு இதனால் என்ன நன்மை, அல்லது என்ன பாதிப்பு?

வணிகம் நன்கு நடக்கவேண்டும் என்பதுதான் அவர்களுடைய நோக்கம். அதில் எந்தத் தவறும் இல்லை. அதே நேரம், அது இருதரப்பினருக்கும் பயன் தரவேண்டும். அதாவது, இயந்திரக் கற்றலின்மூலம் திட்டமிட்டு நம் பார்வைக்கு வைக்கப்படும் பொருட்களை அல்லது வசதிகளை நாம் தேவையில்லாமல் பயன்படுத்திவிடக்கூடாது. அதற்கு நம்முடைய நடவடிக்கைகளைச் சற்று கூர்ந்து கவனிக்க நாம் பழகவேண்டும்.

எந்தவொரு பங்கை வாங்குவதற்குமுன்பும் 'நான் இந்தப் பங்கை இந்த விலையில் வாங்க விரும்புகிறேன். ஏனென்றால்' என்று ஒரு தாளில் எழுதச் சொல்கிறார் புகழ் பெற்ற முதலீட்டாளர் வாரன் பஃபெட். அந்த 'ஏனென்றால்'க்குப் பிறகு, அந்தப் பங்கை நாம் வாங்குகிற காரணத்தை எழுதவேண்டுமாம். ஒருவேளை காரணம் தெரியாவிட்டால் அந்தப் பங்கை வாங்கக்கூடாதாம்.

கிட்டத்தட்ட அதேபோன்ற ஓர் உத்தி இங்கும் நமக்குப் பயன்படும். என்னதான் செயற்கை அறிவின்மூலம் பொருட்கள் நம்மிடம் நீட்டப்பட்டாலும், நம்முடைய இயற்கை அறிவைப் பயன்படுத்தி நாம் வேண்டியவற்றை மட்டும் பிரித்துக் காணவேண்டும்.

'ம்ஹூம், அதெல்லாம் கஷ்டம்' என்கிறவர்கள் தங்களுடைய கணினி, செல்பேசியில் உள்ள *Private Mode*ஐப் பயன்படுத்தலாம். இதன்மூலம் அந்த வணிகத்தளத்துக்கு உங்களைப்பற்றிப் பல

விஷயங்கள் தெரிகிற வாய்ப்பு குறையும், அவர்களுடைய கணிப்புகளும் அவ்வளவு துல்லியமாக இருக்காது.

ஆனால், இந்த முறையை எல்லா இடங்களிலும் பயன்படுத்த இயலாது. சில தளங்கள் கண்டிப்பாக உங்களுடைய தகவல்களைக் கேட்கின்றன. அதாவது, நீங்கள் யார் என்று சொல்லி உள்நுழையச் சொல்கின்றன (Sign In). ஒருவேளை உள்நுழையாவிட்டாலும் வேறு வழிகளில் உங்களைப் பின்தொடரும் நுட்பங்கள் இருக்கின்றன. சட்டப்படி அவை அனுமதிக்கப்பட்டுள்ளவைதான் என்பதால் அவற்றை அவர்கள் தொடர்ந்து பயன்படுத்திக்கொண்டுதான் இருப்பார்கள். அதனால், நம் மனத்துக்கு அல்லது கைகளுக்குப் பூட்டுப்போடும் வழிதான் தொலைநோக்கில் சிறந்தது.

இன்னொரு கோணம், செயற்கை அறிவுத் தொழில்நுட்பம் முற்றிலும் மோசமானது என்று சொல்வதற்கில்லை. பல தளங்கள் அதைச் சிறப்பாகப் பயன்படுத்தி வியக்கவைக்கும் வசதிகளை வழங்குகின்றன. எடுத்துக்காட்டாக, நீங்கள் ஒரு தளத்தில் நான்கைந்து புத்தகங்களை வாங்குகிறீர்கள் என்றால், அதை வைத்து அவர்களே உங்களுக்கு இன்னும் பல நல்ல நூல்கள், ஆசிரியர்களை அறிமுகப்படுத்துவார்கள். அதுபோன்ற வசதிகளை நாம் பயன்படுத்திக்கொள்ளலாம், பதிலுக்கு அவர்கள் நம்மிடம் கேட்கும் தகவல் என்ன, அதை அவர்கள் எப்படிப் பயன்படுத்துகிறார்கள் என்பதைமட்டும் கவனித்துக்கொள்ளவேண்டும்.

செயற்கை அறிவு, இயந்திரக் கற்றல், வாடிக்கையாளர்களுடைய தனியுரிமையைப் பாதுகாப்பது என அனைத்தும் தொடக்கநிலையிலிருந்து முதிர்ச்சிநிலையை நோக்கிச் சென்றுகொண்டிருக்கின்றன. வருங்காலத்தில் இந்தத் துறை சரியான வழிகாட்டுதல்கள், விதிமுறைகளுடன் குழப்பமில்லாமல், தவறான திசைதிருப்பல்கள் இல்லாமல் அனைவருக்கும் பயன்படுகிறவகையில் அமையும் என்று எதிர்பார்க்கலாம்.

(மே 2022)

3. ஈலானின் டுவிட்டர் எப்படி இருக்கும்?

டெஸ்லா அதிபர், உலகின் மிகப் பெரிய பணக்காரர்களில் ஒருவரான ஈலான் மஸ்க் சமீபத்தில் டுவிட்டர் சமூக ஊடக நிறுவனத்தை மொத்தமாக வாங்கியிருக்கிறார். அவர் டுவிட்டருக்குத் தன்னுடைய 'விலை'யை அறிவித்த கெத்தும், அதற்கு எழுந்த ஆயிரக்கணக்கான எதிர்ப்புகளை, கடுமையான கேலிகளைக் கண்டுகொள்ளாமல் பொறுமையாக இருந்து பேரத்தை முடித்த விதமும் பலரை வியப்பில் ஆழ்த்தியிருக்கிறது. அதே நேரம், 'கார் விக்கறவருக்கு எதுக்கு சோஷியல் மீடியா?' எல்லாம் பணத் திமிர்' என்று அலட்சியமாகப் பேசுகிறவர்களும் இருக்கிறார்கள்.

ஈலானின் வரலாற்றைப் படித்தவர்களுக்கு அவருடைய இந்தச் செயல் எந்த வியப்பையும் தராது, சொல்லப்போனால், அவருடைய எந்தச் செயலும் வியப்பைத் தராது. அடுத்து இதுதான் என்பதுபோன்ற வழக்கமான, பொதுமக்களுடைய கணக்குகள் எப்போதும் ஈலானுக்குப் பொருந்தியதில்லை. அவர் எந்த நேரத்தில் எந்தத் தொழிலில் இறங்குவார் என்பது யாருக்கும் தெரியாது. ஆனால், அவர் இறங்கியபிறகு அது

திடீரென்று மிகப் பிரமாதமான தொழிலாகத் தோன்றும், அதுதான் வியப்பு.

எடுத்துக்காட்டாக, ராக்கெட் (ஏவுகணை) என்றால் அது அரசாங்க நிறுவனங்கள் பல ஆண்டுகளாக ஆராய்ச்சி செய்து உருவாக்குகிற ஒரு விஷயம் என்றுதான் எல்லாரும் நினைக்கிறோம். திடீரென்று ஈலான் அந்தத் துறைக்குள் நுழையத் தீர்மானித்தார். 'நானும் ராக்கெட் விடப்போகிறேன்' என்றார், பிறகு அதை 'நானே ராக்கெட் தயாரிக்கிறேன்' என்று மாற்றிக்கொண்டார், இதையெல்லாம் கேட்பதற்குக் கற்பனைக் கதையைப்போல் இருக்கலாம். ஆனால் எல்லாம் உண்மையில் நடந்தது. இப்படி அவர் எந்தப் பின்னணியும் இல்லாமல் திடுதிப்பென்று தொடங்கிய ஸ்பேஸ்எக்ஸ் இன்றைக்கு விண்வெளி ஆராய்ச்சித் துறையில் ஒரு மிக முக்கியமான நிறுவனமாக இருக்கிறது.

என்னதான் பெரிய தொலைநோக்குச் சிந்தனையாளராக இருந்தாலும், தானே ராக்கெட் தயாரிக்கலாம் என்கிற நம்பிக்கை ஒருவருக்கு எப்படி வரும்? அதற்கான காரணத்தைக் கேட்டால் இன்னும் திகைப்பாக இருக்கும்.

2001ம் ஆண்டு, ஜான் கார்வே என்பவரைச் சந்திக்கிறார் ஈலான். இந்த ஜான் தன்னுடைய சொந்த ஆர்வத்தின் அடிப்படையில் சில சிறிய ராக்கெட்களைச் செய்து ஏவிக்கொண்டிருந்தவர். அதில் ஒரு ராக்கெட்டை ஈலானுக்கு இயக்கிக் காட்டுகிறார் அவர். ஆனால், அவருடைய நேரம், அந்த ராக்கெட் ஒழுங்காகச் செயல்படவில்லை.

இப்போது ஈலானின் இடத்தில் இன்னொருவர் இருந்தால் என்ன நினைப்பார்? 'ஒரு சின்ன ராக்கெட்டைக்கூட ஏவமுடியலை, ஹ்ம்' என்று கேலியாகச் சிரித்துவிட்டு அங்கிருந்து நகர்ந்துவிடுவார்.

ஆனால், ஜான் கார்வெயின் தோல்வியை ஈலான் வேறுவிதமாகப் பார்த்தார், 'கையில் பெரிய அளவு காசு இல்லாமல் வெறும் ஆர்வத்தை முதலீடாகக் கொண்டு இவர்களால் இந்த அளவு

முன்னேறமுடிகிறது என்றால், நாம் இந்தத் தொழிலில் சரியான அளவு பணத்தையும் திறமையையும் முதலீடு செய்தால் கண்டிப்பாக வெற்றிபெறலாம்' என்று அவருக்குத் தோன்றியது, துணிந்து இறங்கி ஜெயித்துவிட்டார்.

இதுபோல் ஈலானின் வாழ்க்கையில் வியப்பூட்டும் தீர்மானங்களும் செயல்பாடுகளும் ஏராளம். அந்தப் பின்னணியில் பார்க்கும்போது அவர் டுவிட்டரை வாங்கத் தீர்மானித்தது இயல்பான ஒரு விஷயம்தான். அது சரியா, தவறா, இதனால் ஈலானுக்கு என்ன பலன் (அல்லது இழப்பு), டுவிட்டருக்கு என்ன பலன் (அல்லது இழப்பு) என்றெல்லாம் இன்னும் சில ஆண்டுகளில் தெரியும். ஒருவேளை இது சொதப்பினாலும் ஈலான் இதைப்போல் இன்னொரு தீர்மானத்தை எடுக்கத் தயங்கமாட்டார்.

பலரும் நினைப்பதுபோல் மென்பொருளோ இணையமோ ஈலானுக்குப் புதிது இல்லை. இணையம் என்றால் என்ன என்று பல முதலீட்டாளர்களுக்குத் தெரியாத நேரத்தில் ஓர் இணைய நிறுவனத்தைத் தொடங்கி, வெற்றிகரமாக நடத்தி, நல்ல பணத்துக்கு விற்றுவிட்டு வெளியில் வந்தவர் அவர். அதன்பிறகு அவர் ஈடுபட்ட *PayPal*ம் மிக முக்கியமான தொழில்நுட்பங்களை அறிமுகப்படுத்திப் புகழ் பெற்றது, டெஸ்லா, ஸ்பேஸ்எக்ஸ் ஆகியவற்றிலும் வன்பொருளோடு மென்பொருளும் முக்கிய இடத்தைப் பிடித்திருக்கிறது, இன்னும் *OpenAI*, *NeuroLink* என்று ஈலானுடைய தொழில்நுட்பப் பங்களிப்புகளை அடுக்கலாம்.

ஈலானுடைய டுவிட்டர் எப்படி இருக்கும்? இப்போதைய டுவிட்டரில் அவர் என்னென்ன மாற்றங்களைக் கொண்டுவரக்கூடும்?

முதலில், ஈலான் ஒரு தொடர்ச்சியான டுவிட்டர் பயனாளர். தன்னுடைய கருத்துகளைப் பொதுவில் பகிர்ந்துகொள்வது, வாடிக்கையாளர்களுடைய நாடித் துடிப்புகளைப் புரிந்துகொள்வது, சும்மா ஜோக் அடிப்பது என்று பலவிதங்களில் அவர் டுவிட்டரை மிக நன்றாகப் பயன்படுத்திவந்திருக்கிறார். அதனால், அதில் உள்ள நன்மை, தீமை, எரிச்சல்கள் அனைத்தும்

தானா எழுதும் பேனா!

(ஒரு பயனாளர் என்ற முறையில்) அவருக்கு நன்றாகத் தெரிந்திருக்கும், அதுசார்ந்த பல உறுதியான எண்ணங்களை உருவாக்கிக்கொண்டிருப்பார், அவற்றைத் தன்னுடைய சொந்த நிறுவனமான டுவிட்டரில் செயல்படுத்திப்பார்க்கவேண்டும் என்ற எண்ணம் அவருக்கு இருக்கும்.

ஆனால், இவையெல்லாம் டுவிட்டரைத் தலைகீழாகத் திருப்பிப்போடும் என்று நினைப்பதற்கில்லை. ஓர் உணவகத்தில் தோசை சாப்பிட்டுப் பழகியவர் அந்த உணவகத்துக்கு முதலாளியானால் தோசையில் புதுமைகளைக் கொண்டுவரக்கூடும், குறைகளைத் தீர்த்து மெருகேற்றக்கூடும், தோசைக்கல்லைத் தூக்கிவிட்டு அதை நூடுல்ஸ் கடையாக மாற்றிவிடுவார் என்று நினைக்க இடமில்லை.

அடுத்து, டுவிட்டரின் மிகப் பெரிய பலம், அது உலகத்தின் போக்கை உடனுக்குடன் வெளிப்படுத்துகிற ஒரு கண்ணாடியாக இருக்கிறது. இதற்குக் காரணம், யார் வேண்டுமானாலும் சட்டத்துக்கு உட்பட்டு எதை வேண்டுமானாலும் வெளியிடுகிற கருத்துரிமை இப்போது இருக்கிறது. உரையாடல்கள் சுருக்கமாகவும் தெளிவாகவும் நடைபெறுகின்றன. படங்கள், வீடியோக்களைச் சேர்க்கிற வசதி (ஓரளவுக்கு) இருக்கிறது. இவற்றையெல்லாம் தொகுத்துப் பார்க்கும்போது, டுவிட்டர் ஓர் எளிய, யாரும் பயன்படுத்தக்கூடிய, அதே நேரம் ஆற்றல் மிக்க ஊடகமாக உள்ளது. இந்தச் சிறப்புத்தன்மையால்தான் பெரிய உலகத் தலைவர்களில் தொடங்கித் தொழிலதிபர்கள், கலைஞர்கள், விளையாட்டு வீரர்கள், நடிகர்கள், இயக்குநர்கள், எழுத்தாளர்கள் என்று பலரும் இங்கு இருக்கிறார்கள், தொடர்ந்து எழுதுகிறார்கள். அந்த அடிப்படைப் பண்பை மாற்றும்விதமாக ஈலான் எதையும் செய்வார் என்று நம்புவதற்கில்லை. ஏனெனில், டுவிட்டரை அவர் இவ்வளவு விலை கொடுத்து வாங்கக் காரணம், இத்தனை பேர் இங்கு எழுதுகிறார்கள், உலகைப் பிரதிபலிக்கும் ஊடகமாக அது இருக்கிறது என்பதுதான்.

நிறைவாக, ஈலானுடைய அரசியல், சிந்தனைச் சார்பு ஒன்று இருக்கிறது. அதை அவர் ஒரு பயனாளராகத் தொடர்ந்து

வெளிப்படுத்திக்கொண்டுதான் இருப்பார். தனக்குச் சொந்தமான நிறுவனத்தின் தயாரிப்பு சார்ந்த தீர்மானங்களில் (Product Decisions) அதைத் திணித்துவிடுவாரா, அதாவது, தன் சார்புக்கு எதிரான சிந்தனைகளை முடக்கும் முயற்சிகளில் ஈடுபடுவாரா என்கிற கேள்விக்கு இப்போது நம்மிடம் பதில் இல்லை. அவ்வளவு வெளிப்படையாகக் கருத்துச் சுதந்திரத்தை முடக்கும் முயற்சியில் எந்த ஊடகமும் ஈடுபடாது, டுவிட்டருக்கும் அது சரியான தொழில் தீர்மானமாக இருக்காது என்பதால் அந்த அச்சத்தைக் கொஞ்சம் குறைத்துக்கொண்டு காத்திருந்து பார்க்கலாம் என்று தோன்றுகிறது.

ஈலான் நடத்தப்போகும் டுவிட்டரில் நான் மிகவும் எதிர்பார்க்கிற விஷயம், அது ஒரு லாபம் சம்பாதிக்கும் நிறுவனமாக ஆகுமா என்பதுதான். ஃபேஸ்புக்குக்கு இணையான, சொல்லப்போனால் அதைவிட ஒரு படி அறிவு மிகுந்த சமூக ஊடகமாக டுவிட்டர் மதிக்கப்பட்டாலும், அதை வைத்து எப்படிக் காசு பண்ணுவது என்று யாருக்கும் இதுவரை சரியாகத் தெரிந்திருக்கவில்லை. இந்த விஷயத்தில் அவர்கள் எடுத்திருக்கிற முயற்சிகள் சிறிய அளவில்தான் வென்றிருக்கின்றன. மிக வெற்றிகரமான தொழிலதிபர் என்றமுறையில் டுவிட்டரின் ஆன்மாவில் கை வைக்காமல் ஈலான் இதைத் திருப்பிப்போட்டுவிட்டார் என்றால், இது அவருடைய தொழில்வாழ்க்கையில் இன்னொரு மிகப் பெரிய புரட்சியாக இருக்கும்.

(ஏப்ரல் 2022)

4. ஒருவர் வெற்றி மற்றவர் தோல்வியா?

இந்திய மென்பொருள் துறை என்று பேசினால் உடனடியாக எல்லாரும் முன்வைக்கிற மூன்று பெயர்கள் டிசிஎஸ் (டாடா கன்சல்டிங் சர்வீசஸ்), இன்ஃபோசிஸ் மற்றும் விப்ரோ. இந்த மூவரைத் தாண்டி இன்னும் பல நிறுவனங்களும் கடந்த சில ஆண்டுகளில் முன்னுக்கு வந்திருந்தாலும், உலக அளவில் இந்தத் துறையில் இந்தியாவின் பங்களிப்பாகப் பார்க்கப்படுகிற முக்கிய நிறுவனங்கள் இவைதான்.

பல்வேறு நாடுகளில் மென்பொருள் துறை சார்ந்த பணிகளை வழங்குவதன்மூலம் இவர்கள் சம்பாதிக்கிற பெரும் வருவாய் நம்முடைய பொருளாதாரத்துக்குத் துணைநிற்கிறது என்கிற நன்மை ஒருபுறமிருக்க, உள்நாட்டில் இவர்கள் உருவாக்கியிருக்கிற பணிகளின் எண்ணிக்கையும் ஒரு பெரிய சமூக மாற்றத்தைக் கொண்டுவந்திருக்கிறது. இவர்களைப் பார்த்துத் தொடங்கப்பட்ட நிறுவனங்கள் ஆயிரக்கணக்கில் உள்ளன என்பதால், இந்நிறுவனங்கள் உண்டாக்கியுள்ள மறைமுகப் பலன்களும் ஏராளம்.

எனினும், இந்திய மென்பொருள் துறை பெரும்பாலும் சேவைப் பணிகளைத்தான் (*Service Business*) சார்ந்துள்ளது என்கிற குற்றச்சாட்டும் இருக்கிறது. அதாவது, *Product Innovation* எனப்படுகிற பொருள்/தயாரிப்பு சார்ந்த புதுமைச் சிந்தனைகளை இந்திய நிறுவனங்கள் பெரிய அளவில் கொண்டுவரவில்லை, உலக அளவில் ஏற்றுக்கொள்ளப்படுகிற மென்பொருள் தயாரிப்புகளை உருவாக்கி அதன்மூலம் வருவாயை, வேலை வாய்ப்புகளைப் பெருக்கவில்லை என்கிறார்கள்.

நாம் இந்தியர்கள் என்கிற காரணத்தால் வரக்கூடிய சார்பு நிலையைச் சற்று நிறுத்திவிட்டு முற்றிலும் தரவுகளை வைத்துச் சிந்தித்தால், இந்தக் குற்றச்சாட்டில் ஓரளவு உண்மை இருக்கிறதுதான். இந்திய நிறுவனங்களால் உருவாக்கப்பட்ட மென்பொருள் தயாரிப்புகளின் (*Software Products*) சிறு பட்டியல் ஒன்றை நாம் முன்வைக்கலாம் என்றபோதும், பங்களிப்பு என்ற அளவில் பார்க்கும்போது அவை பின்னணியில்தான் நிற்கின்றன, ஒரு வீட்டில் பெரிய மகன் கோடிகளில் சம்பாதிக்கும்போது இளைய மகன் சில ஆயிரம் சம்பாதிப்பதைப்போலதான் இது.

டிசிஎஸ், இன்ஃபோசிஸ், விப்ரோவும் சரி, மற்ற புதிய இந்திய நிறுவனங்களும் சரி, இந்த உண்மையை உணர்ந்திருக்கின்றன. இதைச் சரிசெய்வதற்கு என்ன செய்யலாம், நம்முடைய புதுமைச் சிந்தனையை எப்படித் தூண்டிவிடலாம், உலகச் சந்தையைப் புரிந்துகொண்டு அதற்கேற்ற தயாரிப்புகளை எப்படி உருவாக்கலாம் என்கிற கேள்விகள் எழுந்திருக்கின்றன, பல மூளைகள் இந்தக் கோணத்தில் சிந்தித்துக்கொண்டிருக்கின்றன. அதே நேரம், சேவைத்துறையில் நமக்கு இருக்கிற ஆழமான திறன், அனுபவத்தை முழுமையாகப் பயன்படுத்திக்கொள்வதையும் நாம் தொடரவேண்டும்; அதில் நாம் தொடவேண்டிய (பயன்படுத்திக்கொள்ளவேண்டிய) சந்தை இன்னும் ஏராளமாக இருக்கிறது.

எடுத்துக்காட்டாக, *Accenture* நிறுவனம் சமீபத்தில் வெளியிட்டிருக்கிற நிதி அறிக்கையின்படி அவர்கள் தங்களுடைய சேவை சார்ந்த தொழில் அளவைக் கணிசமாக

(கிட்டத்தட்ட மூன்று மடங்கு) உயர்த்தியிருக்கிறார்கள். இவர்களும் இந்திய மென்பொருள் சேவை நிறுவனங்களும் கிட்டத்தட்ட ஒரே வாடிக்கையாளர்களைத்தான் (Same Customers) குறிவைக்கிறார்கள் என்பதால், ஆக்செஞ்சரின் வளர்ச்சி இந்த மூன்று நிறுவனங்களுக்குச் சரிவா என்கிற கேள்வி எழுகிறது.

ஆங்கிலத்தில் "Zero Sum Game" என்று ஒரு பயன்பாடு உண்டு. இதன் பொருள், ஒரு சந்தையில் எத்தனை பேர் குதித்தாலும் அந்தச் சந்தையின் அளவு பெருகாது. எல்லாரும் இருப்பதைத்தான் தங்கள் திறமைக்கேற்பப் பிரித்து எடுத்துக்கொள்ளவேண்டும். அதனால், ஒருவர் கூடுதலாக எடுத்துக்கொண்டால் இன்னொருவருடைய பங்கு குறைந்துவிடும். வேறுவிதமாகச் சொல்வதென்றால், ஒருவருடைய வெற்றி, இன்னொருவருடைய தோல்வி.

இந்தப் பின்னணியில் பார்த்தால், ஆக்செஞ்சர் எந்த வாடிக்கையாளர்களிடமிருந்து தனக்கான மென்பொருள் சேவைப் பணிகளைப் பெறுகிறதோ அங்கெல்லாம் மற்ற நிறுவனங்கள் நுழைய இயலாது என்று சொல்லலாம். ஆனால், உண்மையில் மென்பொருள் சந்தை அத்தனை சிறிய களம் இல்லை. தொழில்நுட்பமும் அது சார்ந்த சேவைகளும் அவற்றுக்கான தேவைகளும் தொடர்ந்து உருவாகிக்கொண்டிருக்கிற சூழ்நிலையில் இந்தச் சந்தை கொஞ்சம் சுருங்கிக் கொஞ்சம் விரிவடைந்து நிறைய மாறிக்கொண்டிருக்கிறது. அதனால், வாய்ப்புகளும் நிறைய இருக்கின்றன, ஏற்கெனவே உள்ள நிறுவனங்களுக்கு மட்டுமின்றிப் புதிய நிறுவனங்களுக்கும் இடம் உள்ளது.

ஆனால், இவர்களில் யாரும் "வழக்கமான" வரையறைகளுடன் இங்கு வந்தால் தனித்து நிற்க இயலாது. ஏதேனும் ஒரு புதுமை வேண்டும், அது ஒரு மென்பொருளாக, சேவை வழங்கும் செயல்முறையாக, திரும்பத் திரும்பப் பயன்படுத்தக்கூடிய கருவிகளாக, ஆவணங்களாக, புதுமைக் கண்டுபிடிப்புகளாக, விரைவான செயல்பாடாக, நேரத்தை மிச்சப்படுத்தும் உத்தியாக, துறை சார்ந்த அறிவு, அனுபவமாக... இப்படி எதுவாக

வேண்டுமானாலும் இருக்கலாம், இவற்றின் கலவையாகவும் இருக்கலாம், அதை வாடிக்கையாளர்களுக்கு எடுத்துரைத்து அவர்களை வெல்வதுதான் சவால்.

இந்தக் கோணத்தில் பார்க்கும்போது, ஆக்செஞ்சரின் வெற்றி மற்ற இந்திய (அல்லது வேறு நாடுகளைச் சேர்ந்த) மென்பொருள் சேவை நிறுவனங்களுக்கு ஓர் ஆக்கபூர்வமான போட்டியைத்தான் உருவாக்கும். அவர்களிடமிருந்து பிறரும் பிறரிடமிருந்து அவர்களும் கற்பதற்கான சூழல் ஏற்படும், பழைய நிறுவனங்கள் தங்களுடைய வலுவான அனுபவத்தைப் பயன்படுத்திக்கொள்கிற அதே நேரத்தில் அதைமட்டும் நம்பியிருக்காமல் புதிய துறைகள், தொழில்நுட்பங்களில் நுழைவார்கள், பொதுவான நெகிழ்வுத்தன்மையை உருவாக்கிக்கொண்டு முன்னேற முயல்வார்கள், புதிய நிறுவனங்கள் துடிப்பை முதலீடாக்கிச் சந்தையைப் பிடிக்கப் பார்ப்பார்கள். இவை அனைத்தும் வாடிக்கையாளர்களுக்கு நல்லது, அவர்களுக்கு நன்மை கிடைத்தால் தொழில்நுட்பத் தேவை, வாய்ப்புகள் இன்னும் பெருகும்.

இதனால், நிறுவனங்களும் அவற்றில் வேலை செய்கிற நம்மைப்போன்ற தனி நபர்களும் வாடிக்கையாளர்களை மையமாக வைத்துச் சிந்திக்கத் தொடங்கவேண்டும் (*Customer Centric Thinking*). அத்துடன், 'இது எனக்குக் கிடைத்தே தீரும்' என்கிற அசட்டு நம்பிக்கையைத் தூரப்போட்டுவிடவேண்டும். உலகம் கடந்த சில ஆண்டுகளில் பலவிதமாக மாறிவிட்டது, அதைப் புரிந்துகொண்டு ஒவ்வொரு நாளும் நம் இடத்துக்காகப் போராடுவதுதான் இயல்பு. இந்த மனநிலைக்குப் பழகிவிட்டால் 'எல்லாம் சரியாகத்தான் இருக்கிறது' என்கிற எண்ணமும் அதனால் வருகிற அலட்சியமும் நம்மைவிட்டு விலகிவிடும், எப்போதும் கவனத்துடன் செயல்படுவோம். மிகுதியான அழுத்தத்தை, வெறுப்புணர்வை உண்டாக்காத, குறுக்கு வழிகளை நாடச்செய்யாத சுறுசுறுப்பான போட்டி இந்தத் துறைக்கு நல்லதுதான்.

(ஏப்ரல் 2022)

5. மெதுகணினியை என்ன செய்யலாம்?

இப்போதெல்லாம் இந்தச் சொற்றொடரைக் கேட்காத நாளே இல்லை. அலுவலகத்தில், வங்கியில், மின்சாரக் கட்டணம் செலுத்துகிற வரிசையில், ரயில் டிக்கெட் வாங்குகிற இடத்தில், தியேட்டர் டிக்கெட் கவுன்டரில் என்று எங்கேயாவது யாராவது இதைச் சொல்லிவிடுகிறார்கள், நாமும் புரிந்துகொண்டதுபோல் தலையாட்டிவிட்டுப் பொறுமையாகக் காத்திருக்கிறோம், 'கம்ப்யூட்டர்ன்னாலே எப்பவும் ஸ்லோவாத்தான் இருக்கும்போல' என்று நினைத்துக்கொள்கிறோம்.

உண்மையில் கணினிகள் (கம்ப்யூட்டர்கள்) அதிவேகமாகச் செயலாற்றும் திறன் கொண்டவை. அந்த ஒரு முக்கியக் காரணத்தால்தான் நாம் பெரும்பாலான வேலைகளை அவற்றிடம் ஒப்படைத்திருக்கிறோம். அதன்பிறகும் அவை மெதுவாக இயங்குகின்றன என்றால், அதை எப்படி ஏற்கமுடியும்? எக்ஸ்பிரஸ் ரயில் மெதுவாகச் சென்றால் பயணிகள் எரிச்சலாகமாட்டார்களா?

மற்றவர்களுடைய கம்ப்யூட்டர்கள் மெதுவாக இயங்கினால் நாம் பெரிதாக எதுவும் செய்ய இயலாது. ஆனால், நம்முடைய கம்ப்யூட்டர் அப்படி மெதுவாக இயங்கினால் நாம் விழித்துக்கொள்ளவேண்டும், அதில் என்ன பிரச்சனை என்று பார்த்துச் சரிசெய்தால் அது பழைய வேகத்தில் துள்ளிக் குதித்து ஓடத் தொடங்கும், நம் வேலைகளும் உருப்படியாக நடக்கும்.

நம்முடைய கணினி மெதுவாக இயங்கினால் நாம் என்னென்ன செய்யலாம்?

1

ஒருவர் தூங்காமல் நெடுநேரம் வேலை பார்க்கிறார் என்றால் அவருடைய செயல்திறன் குறைவதைப் பார்த்திருப்பீர்கள். அதுபோல, கணினியை *Shutdown* செய்யாமல் நெடுநேரம் தொடர்ந்து பயன்படுத்தினால் அதில் பல மென்பொருள்கள் தொடர்ந்து பின்னணியில் ஓடிக்கொண்டிருக்கும், அதனால் அதன் வேகம் குறையும். அதுபோன்ற நேரங்களில் கணினியை *Shutdown* செய்துவிட்டுச் சில நிமிடங்கள் பொறுமையாக இருங்கள், அதன்பிறகு, கணினியை இயக்கத் தொடங்குங்கள். இதனால், உங்கள் கணினியை மெதுவாக்கிக்கொண்டிருந்த தேவையில்லாத பல மென்பொருள்கள் அணைக்கப்பட்டு அது புதிய வேகத்துடன் இயங்கும்.

பொதுவாகவே உங்கள் கணினியைப் பல நாட்கள் தொடர்ந்து பயன்படுத்தாமல் அவ்வப்போது *Shutdown* செய்து மீண்டும் தொடங்குவது நல்லது. நாள்தோறும் வேலை முடிந்ததும் *Shutdown* செய்துவிட்டு மறுநாள் காலை மீண்டும் தொடங்கினால்கூடத் தவறில்லை. இதனால் கணினிக்கும் முழு ஓய்வு கிடைக்கும், நமக்கும் மனத்தளவில் ஒரு நாள் முடிந்தது, இன்னொரு நாள் தொடங்குகிறது என்ற புத்துணர்ச்சி கிடைக்கும்.

2

கணினியில் வைரஸ் எனப்படும் தீங்கு செய்கிற மென்பொருட்கள் ஓடிக்கொண்டிருந்தால் அதனாலும் உங்கள் கணினி மெதுவாகச்

செயல்படக்கூடும். அதனால், *Antivirus Software*, அதாவது, வைரஸ்களைக் கண்டறிந்து முடக்குகிற மென்பொருட்களை வாங்கிப் பயன்படுத்துங்கள், அவை இல்லாமல் ஒருபோதும் கணினியை இயக்கவேண்டாம், குறிப்பாக, இணையத்துக்குள் நுழையவேண்டாம்.

அதேபோல், 'இங்கு க்ளிக் செய்தால் எட்டுக் கோடி ரூபாய் இலவசம்', 'அங்கு க்ளிக் செய்தால் அமெரிக்க அதிபராகிவிடலாம்' என்பதுபோன்ற வாக்குறுதிகளுடன் வருகிற மின்னஞ்சல்களை உடனடியாக அழித்துவிடுங்கள். உறுதியாகத் தெரியாத எந்த இணைப்பையும் க்ளிக் செய்யாதீர்கள். இவை எல்லாம் வைரஸ்களைப் பரப்பக்கூடிய, உங்கள் தகவல்களைத் திருடக்கூடிய இணையதளங்கள் விரிக்கும் வலைகள்தான்.

வைரஸ்கள் பரவக்கூடிய இன்னொரு வழி, பிறர் கொண்டுவருகிற *USB Drive*கள். அவற்றை ஜாலியாக உங்கள் கணினியில் செருகிப் பயன்படுத்தாமல், முதலில் *Antivirus* மென்பொருள் கொண்டு அவற்றை *Virus Scan* செய்யுங்கள். எந்த வைரஸும் இல்லை என்று தெரிந்தால்மட்டும் பயன்படுத்துங்கள். இல்லாவிட்டால் உடனடியாக அவற்றை உங்கள் கணினியிலிருந்து நீக்கிவிடுங்கள்.

3

சில நேரங்களில், இந்த *Antivirus* மென்பொருளே உங்கள் கணினியை மெதுவாக இயங்கச் செய்யலாம். அதாவது, நாள்தோறும் ஒரு குறிப்பிட்ட நேரத்தில் *Antivirus* மென்பொருள் உங்கள் கணினியில் உள்ள அனைத்துக் கோப்புகளையும் சரிபார்க்கும். அப்போது இது பெரும்பாலான திறனை இழுத்துக்கொண்டுவிடுவதால் கணினி மெதுவாகிவிடக்கூடும்.

அதற்காக, *Antivirus*ஐ நிறுத்திவைக்க இயலாது. அது நாள்தோறும் இயங்கத்தான் வேண்டும், அப்போதுதான் முறையான பாதுகாப்பு கிடைக்கும். ஆகவே, உங்கள் *Antivirus* மென்பொருள் இயங்குகிற நேரத்தை மதிய உணவு நேரம் அல்லது இரவு 7 மணி என்பதுபோல் மாற்றுங்கள். அப்போது அது உங்களுடைய வேலைக்குத் தடையாக அமையாது.

4

நாம் ஒரு பொருளை எடுத்துப் பயன்படுத்தியபிறகு அதை உரிய இடத்தில் திரும்ப வைக்கிறோமல்லவா? அதைப்போல, கணினியில் நீங்கள் பயன்படுத்திய மென்பொருட்களை அவற்றின் தேவை முடிந்ததும் மூடிவிடுங்கள். அதாவது, 'Exit' என்பதுபோன்ற ஒரு பொத்தானை அழுத்தி அதிலிருந்து வெளியில் வாருங்கள். இதன்மூலம் உங்கள் கணினியில் எப்போதும் குறைவான மென்பொருட்கள்தான் இயங்கிக்கொண்டிருக்கும், அதன் வேகமும் நன்றாக இருக்கும்.

5

உங்கள் கணினியின் செயல்திறனை ஆராயக்கூடிய Task Manager போன்ற மென்பொருட்களைப்பற்றிக் கற்றுக்கொள்ளுங்கள். இவை உங்கள் கணினியை மெதுவாக இயங்கச்செய்கிற குறிப்பிட்ட மென்பொருள் எது என்று துல்லியமாகக் கண்டறிந்து அதைச் சரிசெய்வதற்கு உதவும்.

6

உயர்தர (HD) வீடியோக்கள், கேம்ஸ் போன்றவை கணினியின் செயல்திறனை மிகவும் இழுக்கக்கூடியவை. அவற்றைப் பயன்படுத்தக்கூடாது என்றில்லை, ஆனால், அவை பயன்பாட்டில் இருக்கும்போது மற்ற மென்பொருட்களை இயக்குவதற்குப் போதுமான திறன் கிடைக்காது என்பதை நினைவில் வைத்துக்கொள்ளுங்கள். அதனால், இவற்றைத் தேவையான நேரங்களில்மட்டும் பயன்படுத்துங்கள்.

7

சில இணையதளங்களில் (குறிப்பாகப் பொழுதுபோக்கு, செய்தி சார்ந்த இணையதளங்களில்) பலவிதமான விளம்பரங்கள், அசையும் படங்களையெல்லாம் கொட்டிக் குவித்திருப்பார்கள். அதனால், அவை மிக மெதுவாகத் திரையில் தோன்றும். ஒரு பக்கத்தைப் படிப்பதற்குள் போதும் போதும் என்றாகிவிடும். அதுபோன்ற இணையதளங்களை இயன்றவரை

தவிர்த்துவிடுங்கள், அவர்கள் ஓட்டவைத்திருக்கிற பல்வேறு விஷயங்களில் எது உங்கள் கணினியை மெதுவாக்குகிறது என்று யாருக்கும் தெரியாது. இயன்றவரை எளிமையான, உங்கள் கணினியைத் தொந்தரவு செய்யாமல் நன்கு இயங்கவிடுகிற இணையதளங்களைப் பயன்படுத்துங்கள்.

8

வீட்டை அவ்வப்போது தூய்மைப்படுத்துவதுபோல் உங்கள் கணினியையும் தூய்மைப்படுத்துங்கள். தேவையில்லாத கோப்புகளை அழித்துக் காலி இடத்தை மிகுதியாக்குங்கள், தேவையில்லாத மென்பொருட்களை அகற்றிவிடுங்கள். இவற்றைச் செய்யக்கூடிய மென்பொருட்களும் இப்போது கிடைக்கின்றன.

நிறைவாக ஒரு விஷயம். இங்கு கொடுக்கப்பட்டிருப்பவை அடிப்படையான உதவிக் குறிப்புகள்தான். பெரும்பாலான எளிய பிரச்சனைகளை இவற்றின் உதவியுடன் தீர்த்துவிடலாம். ஆனால், ஒருவேளை பிரச்சனை மிகப் பெரிதாக இருந்தால் இவை அவ்வளவாக உதவாது. எப்படி நம்முடைய உடலுக்கு ஒரு பெரிய பிரச்சனை என்றால் உரிய மருத்துவரிடம் சென்று சிகிச்சை பெறுவோமோ, அதுபோல் பெரிய கணினிப் பிரச்சனைகளைக் கவனித்துக் கண்டுபிடித்துச் சரிசெய்யவும் வல்லுனர்கள் இருக்கிறார்கள். அவர்களைத் தொடர்புகொண்டு பேசுங்கள்.

தேவைப்பட்டால், உங்கள் கணினியின் எலக்ட்ரானிக் பகுதிகளைத் தூய்மைப்படுத்தவும், கணினியின் செயல்திறனை மேம்படுத்துவதற்காகக் கூடுதல் வன்பொருட்களைச் (Hardware) சேர்க்கவும் இந்த வல்லுனர்கள் உதவுவார்கள். எடுத்துக்காட்டாக, கோப்புகளைச் சேமிக்கக் கூடுதல் இடம் அல்லது கணினியின் செயல்பாட்டை விரைவாக்கும் வசதிகள் போன்றவற்றை நீங்கள் கூடுதலாகச் சேர்த்துக்கொள்ளலாம். இவற்றுக்குச் சற்று செலவானாலும், அதன்பிறகு உங்கள் கணினி முன்பைவிடச் சிறப்பானதாக மாறும்.

ஒருவேளை, உங்கள் கணினிக்கு உத்தரவாதம் (Guarantee) இருக்கிறது என்றால், கண்டிப்பாக அந்தக் கணினியின் தயாரிப்பு நிறுவனத்தைத் தொடர்புகொள்ளுங்கள், அல்லது, அவர்களுடைய அங்கீகாரம் பெற்ற சேவை நிறுவனத்திடம் செல்லுங்கள். அவர்கள் பெரும்பாலும் இலவசமாகவே உங்கள் பிரச்சனையைத் தீர்த்துவைத்துவிடுவார்கள்.

(மார்ச் 2022)

6. ஏபிசிடி டாட் பார்ட் ஒன்

சிறுவயதில் 'ஷேரிங் ஈஸ் கேரிங்' என்று சொல்லிக்கொடுத்தார்கள். ஆனால், அதைப் பெரும்பாலானோர் மதிக்கவில்லை, எதையும் யாருடனும் பகிர்ந்துகொள்ளவில்லை. யாராவது கைநீட்டிக் கேட்டாலும்கூட, 'அஸ்கு புஸ்கு, இது என்னோடது' என்று மறுப்பதுதான் வழக்கமாக இருக்கிறது.

ஆனால், செல்ஃபோன், இன்டர்நெட் புரட்சியால் இந்த ஷேரிங் இப்போது நம்முடைய அன்றாடப் பணியாகிவிட்டது. அதுவும் ஒருமுறை, இரண்டுமுறை இல்லை, நாள்முழுக்கப் பலமுறை பலவற்றையும் ஷேர் செய்துகொண்டே இருக்கிறோம், புகைப்படங்கள், வீடியோக்கள், ஒலிப்பதிவுகள், இணைய தளங்களின் முகவரிகள், திருட்டு பிடிஎஃப்கள், நல்ல பிடிஎஃப்கள் என்று அனைத்தையும் ஒற்றைக் கிளிக்கில் ஊர்முழுக்க அனுப்பிக்கொண்டிருக்கிறோம். நேரடிச் செய்திகள், மின்னஞ்சல்கள், ஃபேஸ்புக், வாட்ஸாப், டெலகிராம் குழுக்களுக்கு அனுப்பும் செய்திகள் என்று பல வழிகளில் நமக்குப் பிடித்த எதுவும் சில விநாடிகளில், மிஞ்சிப்போனால் சில நிமிடங்களில் பிறருக்குக் கொடுத்துவிடுகிற சாத்தியத்தைத் தொழில்நுட்பம் அளித்திருக்கிறது.

தொண்ணூறுகளில் இணையம் நம் ஊருக்கு அறிமுகமானபோது இதுபோன்ற ஷேரிங் மனநிலையோ பழக்கமோ இல்லை. அதற்குக் காரணம் இணையவாசிகளுடைய குறுகிய மனம் இல்லை, இணையமே குறுகிக் கிடந்தது, இதற்கெல்லாம் போதுமான இடம் (Space) இல்லை.

இங்கு நான் இடம் என்று சொல்வது, நாம் பகிர்ந்துகொள்கிற கோப்புகளைச் சேமித்துவைக்கிற டிஜிட்டல் இடத்தைத்தான். ஒரு வீட்டில் இத்தனை பொருட்கள் அல்லது பெட்டிகளைத்தான் அடுக்கமுடியும் என்று ஒரு வரம்பு இருக்குமில்லையா? ஒருவேளை பெரிய வீடாக இருந்தாலும்கூட, அதன் வாசற்கதவு குறுகலாக அமைந்துவிட்டால் ஒரு நிமிடத்தில் இத்தனை பெட்டிகளைத்தான் உள்ளே கொண்டுவந்து வெளியில் கொண்டுசெல்ல இயலும் என்கிற வரம்பும் வந்துவிடுமில்லையா? இவை இரண்டும் சேர்ந்து அன்றைய இணையத்தில் ஷேரிங்கைக் கட்டுப்படுத்தியிருந்தன.

எடுத்துக்காட்டாக, ஒருகாலத்தில் மின்னஞ்சல் பெட்டியின் ஒட்டுமொத்த அளவே 2MB(மெகாபைட்)தான் இருந்தது. இன்றைக்கு நாம் பார்க்கிற ஓர் உயர்தர வீடியோவின் முதல் சில விநாடிகளே அந்த 2MBஐ நிரப்பிவிடும். அத்தனூண்டு இடத்துக்குள் புகைப்படம், வீடியோ, ஆடியோவையெல்லாம் சேர்த்துவைக்கவும் பிறருக்கு அனுப்பவும் ஏது வழி?

இதேபோல், நாம் அனுப்பும் மின்னஞ்சல்களின் அளவிலும் கட்டுப்பாடுகள் இருந்தன. இந்த அளவுக்குமேல் கோப்புகளை இணைத்து (File Attachments) அனுப்ப இயலாது என்று மின்னஞ்சல் மென்பொருளே தடைபோட்டுவிடும். பல நேரங்களில் அந்த அளவுக்குள் உள்ள கோப்புகள்கூட இணையத்தின் வேகக்குறைவு காரணமாக நெடுநேரத்துக்குச் சுற்றிக்கொண்டிருக்கும்.

சரி, எனக்கு மின்னஞ்சலே வேண்டாம், ஏதாவது இணையதளத்தில் இந்தக் கோப்புகளை ஏற்றி அனுப்புகிறேன் என்றால், அதிலும் சிக்கல். அந்த இணையதளங்களுக்கும் இட நெருக்கடி இருக்கும், அதனால் கட்டுப்பாடுகள் இருக்கும்,

அவற்றிலும் பெரிய கோப்புகளை அனுப்ப முயன்றால் 'சான்ஸே இல்லை' என்று முகத்தில் அறையும், அல்லது, 'ரொம்ப நேரமாகும், பரவாயில்லையா?' என்று பொறுமையைச் சோதிக்கும்.

இந்தப் பிரச்சனையைத் தீர்ப்பதற்கு நம் மக்கள் சில தந்திரமான வழிகளைக் கண்டுபிடித்தார்கள். முதல் வழி, பெரிய கோப்பை *Zip* செய்து, அதாவது, சுருக்கிச் சிறிதாக மாற்றி அனுப்புவது, மறுமுனையில் உள்ளவர் அதை *Unzip* செய்து, அதாவது, விரித்துப் பெரிதாக்கிப் பார்த்துக்கொள்வது. பெரிய குடையை மடித்துச் சிறிதாக்கிக் கையில் வசதியாக எடுத்துச்செல்கிறோம், மழை வரும்போது விரித்துப் பயன்படுத்துகிறோம், அதேபோல்தான் இதுவும்.

ஆனால், சில பெரிய கோப்புகள் *Zip* செய்தபிறகும் அவ்வளவாகச் சுருங்காது. *5MB* அளவுள்ள கோப்பு *4.3MB* என்று சுருங்கி நிற்கும், அதை அனுப்புவது சாத்தியமில்லை.

அப்போது, இரண்டாவது வழி கைகொடுக்கும்: அந்தக் கோப்பைப் பல துண்டுகளாக உடைத்துத் தனித்தனியாக அனுப்புவது, மறுமுனையில் உள்ளவர் அவற்றைச் சேர்த்துப் பார்த்துக்கொள்வது.

எடுத்துக்காட்டாக, உங்களிடம் *abcd.mp3* என்ற பெரிய இசைப் பாடல் உள்ளது என்று வைத்துக்கொள்வோம். அதை *Split and Join* வகை மென்பொருள்களிடம் கொடுத்தால் *5MB* அளவுள்ள அந்தக் கோப்பை *abcd.mp3.part1*, *abcd.mp3.part2* என்று தலா *1MB* அளவுள்ள ஐந்து கோப்புகளாகப் பிரித்துவிடும். இவை ஒவ்வொன்றும் சிறிய கோப்புகள்தான் என்பதால், இவற்றை நாம் ஐந்து தனித்தனி மின்னஞ்சல்களில் அனுப்பலாம். அதன்பிறகு, மறுமுனையில் உள்ள நம் நண்பர் இந்த ஐந்தையும் தனித்தனியாகத் தரவிறக்குவார் (டவுன்லோட் செய்வார்), அதே *Split and Join* வகை மென்பொருளிடம் இவற்றைத் தருவார், அது இவற்றை இணைத்து *5MB* பாடலாக மாற்றித் தரும்.

இது என்ன தலையைச் சுற்றி மூக்கைத் தொடும் வழியாக

இருக்கிறதே என்று நீங்கள் இப்போது திகைக்கலாம். ஆனால், அன்றைக்கு எங்களுக்கு வேறு வழியில்லை. இதையெல்லாம் செய்தால்தான் விஷயங்களைப் பகிர்ந்துகொள்ளமுடியும்.

இந்தத் தொல்லைகள் அனைத்தையும் ஒரு நன்னாளில் கூகுள் முடித்துவைத்தது. ஏகப்பட்ட இட வசதி, பெரிய, மிகப் பெரிய கோப்புகளை அனுப்பும் வசதி ஆகியவற்றுடன் அவர்களுடைய ஜிமெயில் மின்னஞ்சல் சேவை அறிமுகமானபோது 99% பேர் அதை நம்பக்கூட இல்லை. 'இதெல்லாம் கட்டுப்படியாகாது, ஒரு வாரத்துல இழுத்து மூடிடுவாங்க, இல்லாட்டி, ஏகப்பட்ட காசு கேட்பாங்க' என்றார்கள்.

ஆனால், கூகுள் அதற்குள் இணையத்தின் இடப் பிரச்சனையைத் தீர்க்கும் வழியைக் கண்டுபிடித்திருந்தது, முன்பு மின்னஞ்சல் சேவைகள் எந்த விஷயத்திலெல்லாம் கஞ்சத்தனம் பார்த்தார்களோ அவை அனைத்திலும் தாராள மனப்பான்மையுடன் நடந்துகொண்டது. மக்களும் ஈமெயில் என்ற சொல்லை ஜிமெயில் என்று மாற்றும் அளவுக்குப் பெரும் ஆதரவை அளித்து அதை வெற்றிபெறவைத்தார்கள்.

கிட்டத்தட்ட இதே நேரத்தில் இணையத்தின் வேகமும் வீச்சும் பெருகியது, கோப்புகளைப் பகிர்ந்துகொள்வதற்கு மின்னஞ்சலுக்கு வெளியிலும் பல வழிகள் வந்தன. எடுத்துக்காட்டாக, நாம் எடுக்கிற வீடியோக்களை அவை எந்த அளவாக இருந்தாலும் ஒரே கிளிக்கில் உலகம்முழுமைக்கும் பகிர உதவுகிற யூப்யூப் போன்ற சேவைகள், தனிப்பட்ட கோப்புகளைத் தொகுத்துக் கையாள உதவுகிற டிராப்பாக்ஸ் போன்ற சேவைகள் என்று இணையத்தில் இடப் பிரச்சனை படிப்படியாக முழுக்கத் தீர்ந்துவிட்டது. அதனால்தான் இன்றைய இணைய உலகம் பகிர்ந்துகொள்ளலை நம்பிக் கட்டமைக்கப்படுகிற சூழ்நிலை உண்டாகியிருக்கிறது.

எனினும், இதில் ஓர் எதிர்மறை விளைவும் இருக்கிறது. எதையும் எளிதில் பகிரலாம் என்ற நிலைமை வந்துவிட்டால், தொழில்நுட்பம் அதை அனுமதிப்பதால், இணையம் தருகிற முகமற்ற வசதியும் இருப்பதால் மக்கள் தங்களுடைய

சொந்தக் கோப்புகளைமட்டுமின்றி, காப்புரிமை பெற்ற மற்ற கோப்புகளையும் சிறிதும் சிந்திக்காமல் பகிர்ந்துகொள்கிறார்கள். நாள்தோறும் இணையத்தில் பகிர்ந்துகொள்ளப்படும் முழு நீளத் திரைப்படங்கள், புத்தகங்கள், பாடல்கள், இசைத் தொகுப்புகளுக்குக் கணக்கே கிடையாது. அதனால் அறிவுசார் சொத்துரிமை மதிக்கப்படுவதில்லை, படைப்பாளிகளுக்கு இழப்பு ஏற்படுகிறது என்ற புரிந்துகொள்ளலைப் பெருவாரியான மக்களுக்குக் கொண்டுசெல்வது எளிதில்லை.

எதையும் பகிர்தல் மிக எளிதாகிவிட்டது. அதனால், டிஜிட்டல் கோப்புகள் அனைத்தும் அனைவருக்கும் இலவசம் என்கிற சிந்தனையுடன் ஒரு தலைமுறை வளர்ந்துவிட்டது. இடப் பிரச்சனையை எளிதில் தீர்த்துவிட்டோம். இந்த மனப் பிரச்சனையை என்ன செய்வது?

(மார்ச் 2022)

7. முப்பரிமாணக் காட்சித் தொழில்நுட்பம்

*ச*மீபத்தில் நேதாஜி சுபாஷ் சந்திர போஸின் 125வது பிறந்தநாள் கொண்டாட்டங்களின் ஒரு பகுதியாக அவரைப்பற்றிய முப்பரிமாண (3D) லேசர் காட்சி ஒன்று நடைபெற்றது. இணையத்திலும் வாட்ஸாப் போன்ற செய்திச் செயலிகளிலும் பெரிய அளவில் பரவிப் பலரால் பார்த்து ரசிக்கப்பட்ட அந்த நிகழ்ச்சி, நேதாஜியின் வாழ்க்கையை மிக அழகாகப் பதிவுசெய்தது, ஒவ்வொரு காட்சியும் தகவலும் நம் கண்ணுக்குமுன்னால் நடப்பதைப்போன்ற உணர்வை உண்டாக்கியது. முப்பரிமாண லேசர் காட்சி என்றால் என்ன? இதுபோன்ற நிகழ்ச்சிகள் எப்படி உருவாக்கப்படுகின்றன? எப்படிக் காட்சிப்படுத்தப்படுகின்றன?

பலரும் நினைப்பதுபோல் லேசர் என்பது ஒரு நேரடிச் சொல் இல்லை. *Light Amplification by Stimulated Emission of Radition* என்ற நீண்ட ஆங்கிலச் சொற்றொடரின் முதல் எழுத்துகளைக் கோத்துதான் *LASER* என்கிறார்கள், தமிழில் இதைச் 'சீரொளி' என்று அழைக்கிறார்கள். அதாவது, சீராக (ஒரேமாதிரியாக) வெளிப்படுத்தப்படுகிற ஒளி என்று சொல்லலாம். தகவல் தொடர்பு, தொழில்துறை, மருத்துவம், பொழுதுபோக்கு என்று பல நோக்கங்களுக்காக லேசரைப் பயன்படுத்துகிறார்கள்.

தானா எழுதும் பேனா!

பொழுதுபோக்குத்துறையைப் பொறுத்தவரை, கடந்த பல ஆண்டுகளாக லேசர் காட்சிகள் பயன்பாட்டில் இருக்கின்றன. எடுத்துக்காட்டாக, இசை நிகழ்ச்சிகளின்போது மேடையில் ஒரே நேரத்தில் பல லேசர் கற்றைகளைப் பாய்ச்சி விதவிதமான வண்ணப் படங்களை வரைந்து காண்பிப்பது, அதன்மூலம் சிறிய, பெரிய கதைகளைச் சொல்வது, பார்வையாளர்களை மெல்லத் தொட்டுச்செல்வதுபோன்ற தோற்றத்தை உருவாக்குவது, வானத்தில் வணிகச் சின்னங்கள் அல்லது ஓவியங்கள் மிதப்பதுபோன்ற காட்சியை ஏற்படுத்துவது, இப்படி இன்னும் பல.

இதுபோன்ற லேசர் காட்சிகளைச் சாத்தியமாக்கும் கருவியின் பெயர் லேசர் புரோஜெக்டர். இவற்றிலிருந்து வெளிப்படும் லேசர் கதிர்களை மேலும் கீழும் இடமும் வலமும் நம் விருப்பம்போல் திருப்பலாம். சிவப்பு, பச்சை, நீலம் என்கிற அடிப்படை வண்ணங்களிலும் அவற்றைப் பலவிதமாகக் கலந்து இன்னும் நூற்றுக்கணக்கான வண்ணங்களிலும் கற்றைகளை உண்டாக்கலாம். இந்தக் கற்றைகளை எங்கு எப்போது அனுப்பவேண்டும், அந்த இடத்தில் அந்தக் கற்றை எவ்வளவு நேரத்துக்குப் பாயவேண்டும் என்பதையெல்லாம் கட்டுப்படுத்துகிற மென்பொருட்கள் இருக்கின்றன. அவற்றைப் பயன்படுத்தி நாம் விரும்பும் 'காட்சி'யை உருவாக்கலாம்.

எடுத்துக்காட்டாக, நீங்கள் லேசர் கொண்டு இந்தியாவின் வரைபடத்தை வரையவேண்டும், அதற்குள் நம்முடைய தேசியக் கொடி அழகாகப் பறக்கவேண்டும் என்று விரும்புகிறீர்கள் என்று வைத்துக்கொள்வோம். அந்த வடிவத்தையும் வண்ணங்களையும் கொடி பறக்கிற அசைவுகளையும் மென்பொருளில் வடிவமைக்கவேண்டும். அதன்பிறகு, அந்தந்த நேரத்தில் அந்தந்தக் கற்றைகளை லேசர் புரோஜெக்டர் அனுப்பும், நீங்கள் விரும்பிய காட்சியைப் பார்வையாளர்களுக்குத் தெரியவைக்கும்.

ஒருவிதத்தில் பார்த்தால், திரையரங்கங்களில் நாம் பார்க்கும் திரைப்படங்கள் எப்படித் திரையிடப்படுகின்றனவோ அதே தொழில்நுட்பம்தான் இதுவும். எந்தக் காட்சி

எப்போது வரவேண்டும் என்கிற பதிவுகள் ஏற்கெனவே செய்யப்பட்டுவிட்டன, அந்தப் பதிவுகளைக் கொண்டு திரையரங்கத்தின் புரொஜெக்டர் காட்சிகளை நமக்குக் காண்பிக்கிறது. அதே வேலையை இங்கு லேசர் புரொஜெக்டரும் அதற்கான மென்பொருளும் செய்கின்றன.

ஆனால், திரைப்படக் காட்சிக்கும் லேசர் காட்சிக்கும் முக்கியமான வேறுபாடு, இங்கு 'திரை' என்று ஏதும் இல்லை. வெட்டவெளியில் லேசர் கதிர்கள் மேலும் கீழும் அசைகின்றன, அதன்மூலம் காட்சிகளைக் காண்பிக்கின்றன, கதை சொல்கின்றன.

உண்மையில், லேசர் காட்சிகளிலும் திரைகள் பயன்படுத்தப் படுவது உண்டு. ஆனால், அவை நமக்கு எளிதில் தெரியாதபடி சில உத்திகளைப் பயன்படுத்துவார்கள், அதன்மூலம் திரை இல்லாமல் படம் ஓடுவதுபோன்ற உணர்வை உண்டாக்குவார்கள்.

எடுத்துக்காட்டாக, "scrim" எனப்படுகிற வலைபோன்ற அமைப்பைக் கூரையிலிருந்து வேண்டிய நேரத்தில்மட்டும் கீழிறக்குவார்கள்; பிறகு, அந்த scrimக்குப் பின்னாலிருந்து லேசர் கற்றைகளைப் பாய்ச்சி வேண்டிய காட்சிகளைத் திரையிடுவார்கள். இந்தப் பக்கத்திலிருந்து பார்க்கிற நமக்கு இருட்டில் scrim தெரியாது, காட்சிதான் தெரியும்.

இதேபோல், scrimக்குப் பதிலாகக் கண்ணாடித் திரையைப் பயன்படுத்துகிறவர்களும் உண்டு. இங்கும் நமக்குக் கண்ணாடித் திரை தெரியாது, ஆனால், காட்சிகள் தெரியும்.

சில நிகழ்ச்சிகளின்போது, லேசர் காட்சி தொடங்குவதற்குமுன் அந்த இடத்தில் புகை உருவாக்கப்படும் அல்லது நீர் தெளிக்கப்படும், பின்னர் அங்கு லேசர் கற்றைகள் பாயும், அவை புகைத் துகள்கள் அல்லது நீர்த் துளிகளைப் பயன்படுத்திக்கொண்டு வெற்றிடத்தில் காட்சிகளைத் திரையிட்டுக் காண்பிக்கும்.

முந்தைய வரியில் 'வெற்றிடம்' என்று சொல்வது சும்மாதான். உண்மையில் அது வெற்றிடம் இல்லை, அங்கு புகையோ நீரோ

இருப்பதால்தான் காட்சிகளை உருவாக்க இயலுகிறது. அப்படி ஏதாவது ஓர் "ஊடகம்" இல்லாவிட்டால், லேசர் காட்சி சாத்தியமில்லை.

ஆனால், இவையெல்லாம் இரு பரிமாணக் காட்சிகள், அதாவது, நீளம், உயரத்தைமட்டும் கொண்ட 2D காட்சிகள்தானே? லேசர் நிகழ்ச்சிகளின்போது முப்பரிமாண 3D காட்சிகள் எப்படி உருவாக்கப்படுகின்றன?

லேசர் நிகழ்ச்சிகளில் நாம் காண்பவை 3D காட்சிகள் என்று அழைக்கப்பட்டாலும், உண்மையில் அவை 2D காட்சிகள்தான். அவற்றை மென்பொருளில் வடிவமைக்கும்போது நீளம், உயரத்துடன் ஆழம் என்கிற மூன்றாவது பரிமாணத்தையும் சேர்த்து முப்பரிமாணத் தோற்றத்தை உருவாக்குகிறார்கள். அந்தத் துல்லியத்தால் நாமும் அவற்றை முப்பரிமாணக் காட்சிகளாக எண்ணிவிடுகிறோம்.

எடுத்துக்காட்டாக, சிலருடைய ஓவியங்களைப் பார்க்கும்போது அந்தப் பொருளை அல்லது மனிதரை நேரில் காண்பதுபோன்ற துல்லியத்துடன் இருக்கும், தொலைக்காட்சியில் சில காட்சிகளைப் பார்க்கும்போது கையை நீட்டித் தொட்டுவிடலாமா என்று தோன்றும், ஆனால், உண்மையில் அவை முப்பரிமாணக் காட்சிகள் இல்லை, மிகச் சிறப்பாகவும் மிகக் கவனமாகவும் உருவாக்கப்பட்ட இரு பரிமாணக் காட்சிகள்தான். லேசர் நிகழ்ச்சிகளும் இதே வகையில்தான் முப்பரிமாணத் தோற்றத்தைக் கொண்டுவருகின்றன. எல்லாம் சரி, லேசர் கதிர்களை இப்படிப் பொழுதுபோக்குக்காகப் பயன்படுத்துவது ஆபத்தில்லையோ?

கொஞ்சம் ஆபத்துதான், ஆனால், இதற்கென்று பல பாதுகாப்பு நெறிமுறைகள் உள்ளன. எடுத்துக்காட்டாக, லேசர் கதிர்கள் பார்வையாளர்களுடைய கண்ணில் அல்லது தோலில் நேரடியாக நெடுநேரம் படாதபடி பார்த்துக்கொள்வது போன்ற கட்டுப்பாடுகளை ஒழுங்காகப் பின்பற்றினால் ஆபத்து இல்லாதபடி பொழுதுபோக்கை வழங்கலாம்.

(ஃபிப்ரவரி 2022)

8. ஒலி வடிவில் உலகை ஈர்க்கும் கிளப்ஹவுஸ்

இன்றைக்கு நாம் ஃபேஸ்புக், ட்விட்டர் என்று பல தளங்களில் சுறுசுறுப்பாகப் படிக்கிறோம், படைக்கிறோம். எழுத்து வடிவிலும், படங்களாகவும் வீடியோக்களாகவும் பலவிதமான செய்திகளைப் பகிர்ந்துகொள்கிறோம்.

இந்தத் தொகுப்பில் ஒரு விஷயம்மட்டும் விடுபட்டிருப்பதைக் கவனித்தீர்களா? ஆடியோ, அதாவது, ஒலிப்பதிவுகள்!

இணையத்தில் ஏற்கெனவே, 'பாட்காஸ்ட்' எனப்படும் குரல்வடிவப் பதிவுகள் வெகுவாகப் புகழ்பெற்றுள்ளன. பல்வேறு துறைகளைச் சேர்ந்த வல்லுனர்கள் இதில் தங்களுடைய கருத்துகளை ஒலியாகப் பதிவுசெய்து வழங்குகிறார்கள், மக்கள் வண்டி ஓட்டும்போது, சமையல் செய்யும்போது, வாக்கிங், ஜாகிங் செல்லும்போதெல்லாம் இவற்றைக் கேட்டு மகிழ்கிறார்கள்.

அதேபோல், 'ஆடியோபுக்ஸ்' எனப்படும் ஒலிப் புத்தகங்களும் நல்ல வரவேற்பைப் பெற்றுள்ளன. ஒரு புத்தகத்தைக் கையில் பிடித்துக் கண்ணால் பார்த்துப் படிப்பதற்குப் பதிலாக,

தானா எழுதும் பேனா!

இன்னொருவர் படித்துக்காட்டுவதைக் காதால் கேட்டுப் புரிந்துகொள்ளலாம், எல்லா ஓய்வு நேரங்களையும் படிக்கும் நேரமாக மாற்றிக்கொள்ளலாம்.

பாட்காஸ்ட், ஆடியோபுக்ஸில் இருக்கும் ஒரு பிரச்சனை, அவை 1:M எனப்படும் ஒருவர் பேசப் பலர் கேட்கிற தொழில்நுட்பங்களாக இருக்கின்றன. ஃபேஸ்புக், ட்விட்டரைப்போல் பலர் பேசப் பலர் கேட்கிற, உரையாடலில் பங்குபெறுகிறவகையில் அவை இல்லை.

இந்தக் குறையைப் புரிந்துகொண்ட பால் டேவிசன், ரோகன் சேத் என்ற இருவர் ஒலிவடிவத்தில்மட்டும் செயல்படும் சமுக ஊடகமாகக் கிளப்ஹவுஸ் (Clubhouse) என்ற செயலியை உருவாக்கியிருக்கிறார்கள். தொடக்கத்தில் சிலர்மட்டும் பயன்படுகிற தளமாக இருந்த கிளப்ஹவுஸ் இப்போது அதிவிரைவாகப் புகழ்பெற்றுக்கொண்டிருக்கிறது, லட்சக்கணக்கானோர் இதில் பங்கேற்றுக்கொண்டிருக்கிறார்கள்.

இத்தனைக்கும், கிளப்ஹவுஸ் இன்னும் பொதுமக்கள் பயன்பாட்டுக்கு வரவில்லை. இப்போதைக்கு, ஏற்கெனவே கிளப்ஹவுஸில் இருக்கும் ஒருவர் உங்களை அழைத்தால்தான் நீங்கள் அதில் சேர இயலும். அதிலும் குறிப்பாக, ஐஃபோன் போன்ற iOS பயன்படுத்தும் கருவிகளைப் பயன்படுத்துகிறவர்களுக்குதான் இதில் அனுமதி, ஆன்ட்ராய்ட் ஃபோன் வைத்திருப்பவர்களை 'அப்புறம் பார்க்கலாம்' என்று வாசலிலேயே நிறுத்திவிடுகிறார்கள்.

இவ்வளவு கட்டுப்பாடுகளோடு இயங்குகிற நேரத்திலேயே கிளப்ஹவுஸ் இந்த அளவு புகழ்பெற்றிருக்கிறது என்றால், வருங்காலத்தில் இது முழுவேகத்தில் எல்லாருக்கும் கிடைக்கத் தொடங்குகிற நேரத்தில் இதன் வளர்ச்சி எப்படி இருக்கும்! பொதுமக்கள், தொழில்துறை வல்லுனர்கள் என எல்லாரும் கிளப்ஹவுஸைக் கூர்ந்து கவனிக்கத் தொடங்கியிருப்பது இதனால்தான். அது சரி, கிளப்ஹவுஸ் என்றால் என்ன? அதில் என்னவெல்லாம் நடக்கிறது? நாம் ஏன் அதில் சென்று சேரவேண்டும்?

அநேகமாக எல்லாப் பெரிய ஊர்களிலும் 'கிளப்'கள் எனப்படும் சங்கங்கள் ஆங்காங்கே இருக்கும். மக்கள் மனமகிழ்ச்சிக்காக அங்கு செல்வார்கள், மற்ற மக்களுடன் பலவிதமான விஷயங்களைப் பேசுவார்கள். இந்த உரையாடல் மகிழ்ச்சியைத்தான் கிளப்ஹவுஸ் செயலி டிஜிட்டல் வடிவத்தில் வழங்குகிறது.

அதாவது, கிளப்ஹவுஸில் பலவிதமான விஷயங்களைப் பேசும் 'அறை'கள் இருக்கும். உங்களுக்குப் பிடித்த அறைக்குள் நீங்கள் நுழையலாம். அங்கு பேசப்படும் விஷயங்களைக் கேட்கலாம். ஒருவேளை, நீங்கள் ஏதாவது பேச விரும்பினால், கையை உயர்த்தலாம். அந்த அறையை நிர்வகிப்பவர் உங்களுக்கு அனுமதி அளித்தால், நீங்களும் அங்கு பேசலாம்.

சிறிது நேரத்துக்குப்பிறகு, அந்த அறை உங்களுக்குப் போரடித்தால் சட்டென்று வெளியேறிவிடலாம். வேறு அறைகளுக்குச் சென்று வேறு ஏதாவது கேட்கலாம், பேசலாம்... இதுதான் கிளப்ஹவுஸின் அடிப்படை. அறிவியல், தொழில்துறை போன்ற ஆழமான விஷயங்களில் தொடங்கி சினிமா, பொழுதுபோக்கு போன்ற ஜாலியான விஷயங்கள்வரை எல்லாம் இங்கு வந்துவிட்டது. ஆனால், அனைத்தும் ஒலி வடிவம்தான், எந்த எழுத்தோ, படமோ, வீடியோவோ இங்கு கிடையாது.

கிளப்ஹவுஸைப் பயன்படுத்திப்பார்த்தவர்கள், 'இது செம அனுபவமாக இருக்கிறது' என்று மகிழ்ச்சி தெரிவிக்கிறார்கள். 'இதுல நுழைஞ்சப்புறம் மத்த சோஷியல் மீடியால்லாம் மறந்துடுது, எத்தனை ரூம்ஸ், விதவிதமா எத்தனை தலைப்புகள், பெரிய ஆளுங்களோடவெல்லாம் நேரடியாப் பேசறமாதிரி ஓர் உணர்வு கிடைக்குது' என்கிறார்கள்.

எடுத்துக்காட்டாக, தொழில்துறையில் சிறந்து விளங்கும் ஈலான் மஸ்க், மார்க் ஜக்கர்பெர்க், ஊடகத் துறையில் புகழ்பெற்ற ஓபரா உள்ளிட்ட பலர் கிளப்ஹவுஸில் பேசியிருக்கிறார்கள். இன்னும் பலர் நாள்முழுக்கப் பல துறை அறிவை வாரி வழங்கிக்கொண்டிருக்கிறார்கள்.

அதே நேரம், ஓர் உண்மையான கிளப்ஹவுஸில் பேசுகிற ஒருவர் உண்மையைத்தான் பேசுவார் என்பதற்கு எந்த உத்தரவாதமும் கிடையாது. டிஜிட்டல் கிளப்ஹவுஸும் அப்படிதான். தொடங்கிய சில வாரங்களுக்குள் குப்பைப் பேச்சாளர்களும் பிறரை ஏமாற்றிப் பணம் சுருட்டப் பார்க்கிறவர்களும் இதில் நுழைந்துவிட்டார்கள் என்று சிலர் எச்சரிக்கிறார்கள். அரசுக்கு எதிரான, சட்டவிரோதமான உரையாடல்களைக் கிளப்ஹவுஸ் மிகவும் எளிதாக்கிவிடுகிறது என்றும் சொல்கிறார்கள். வழக்கமாக எல்லாச் சமூக ஊடகங்களிலும் இருப்பதைப்போல், இங்கும் நம்முடைய தனிப்பட்ட தகவல்கள் தவறானமுறையில் பயன்படுத்தப்படுவதாகக் குற்றச்சாட்டுகள் எழுந்துள்ளன.

ஆனால், அதையெல்லாம் மக்கள் பொருட்படுத்துவதாக இல்லை. எப்படியாவது கிளப்ஹவுஸுக்குள் நுழைந்துவிடவேண்டும் என்று பிறரிடம், 'ஒரே ஒரு இன்விடேஷன் கொடுங்களேன்' என்று கெஞ்சுகிறார்கள். சில இணையதளங்களில் கிளப்ஹவுஸ் அழைப்பிதழ்கள் நல்ல விலைக்கு விற்கப்படுகின்றன. அந்த அளவுக்கு மக்களிடையே கிளப்ஹவுஸுக்கு வரவேற்பு உண்டாகியுள்ளது. இதனால், மற்ற பெரிய இணையத் தளங்களும் இதேபோன்ற ஒலி வடிவிலான சமூக ஊடகத் தளங்களை உருவாக்கும் என்கிறார்கள்.

ஒலியோ, ஒளியோ, எழுத்தோ, படமோ, எதிலும் கொஞ்சம் கவனத்துடன் ஈடுபடவேண்டும் என்பதுதான் வரலாறு நமக்குக் கற்றுத்தந்திருக்கும் விஷயம். கிளப்ஹவுஸை அளவாகப் பயன்படுத்திக்கொண்டு, நமக்கு ஆர்வமுள்ள, நாம் கற்றுக்கொள்ளவிரும்பும் தகவல்களைமட்டும் கேட்டு, அவற்றை உறுதிப்படுத்திக்கொண்டு, அதன் அடிப்படையில் தீர்மானங்களை எடுக்கிறோம், நம்முடைய தனிப்பட்ட தகவல்களை இங்கு கடை விரிக்காமல் கவனமாகப் பயன்படுத்துகிறோம் என்றால், நிச்சயம் இதுவும் ஒரு நல்ல அறிவுத் தளமாகத்தான் இருக்கும்.

(ஃபிப்ரவரி 2021)

9. ஜூம்: வம்புகளும் வாய்ப்புகளும்

கொரோனா பாதிப்பால் எல்லாரும் அவரவர் வீட்டில், அல்லது, அதிகபட்சம் அவரவர் தெருவுக்குள் முடங்கிக்கிடக்கின்ற சூழல். அதற்காகச் சமூகத் தொடர்புகளை விட்டுவிட இயலுமா? நண்பர்கள், உறவினர்களில் தொடங்கி அலுவலக, தொழில் உறவுகள்வரை எல்லாரோடும் அடிக்கடி பேசவேண்டியிருக்கிறது. என்னதான் ஃபோனில் பேசினாலும், நேரில் பார்க்கிற உணர்வு வராதே!

இந்தப் பிரச்னையில் உலகம் தத்தளித்துக்கொண்டிருந்த நேரத்தில்தான் ஜூம் (Zoom) என்கிற செயலி புகழ்பெறத் தொடங்கியது. முதலில் அலுவலகப் பணியாளர்கள் தொழில் சார்ந்த நோக்கங்களுக்காக இதைப் பயன்படுத்தத் தொடங்கினார்கள், பிறகு, பொதுமக்கள் மத்தியிலும் அந்தப் பெயர் நுழைந்துவிட்டது, 'ரொம்பப் போரடிக்குதுங்க, நாளைக்குச் சாயங்காலம் சும்மா ஒரு ஜூம் கால் போடுவோமா?' என்கிற அளவுக்கு வந்துவிட்டது.

முதலில், அதென்ன ஜூம்?

வாட்ஸாப்பில் வீடியோ அழைப்புகளைப் பயன்படுத்தியிருக்கிறீர்களா? நம்முடைய தொலைபேசிகளில் இருக்கின்ற கேமெரா வசதியைப் பயன்படுத்தி நாமும் இன்னொருவரும் ஒருவரையொருவர் நேருக்கு நேர் பார்த்தபடி பேசுகிற அந்த வீடியோ அழைப்புகளை அடுத்த நிலைக்குக் கொண்டுசெல்கிற ஒரு செயலி(App)தான் ஜூம்.

இந்தச் செயலியைப் பயன்படுத்தி ஒரே நேரத்தில் பலர் கலந்துரையாடலாம், ஒருவரை ஒருவர் பார்க்கலாம், கோப்புகளைப் பகிர்ந்துகொள்ளலாம். துல்லியமான வீடியோ, ஒலித் தரத்தின்மூலம் கிட்டத்தட்ட அனைவரும் ஒரே அறையில் இருப்பதுபோன்ற ஓர் உணர்வைக் கொண்டுவருகிற செயலி இது.

ஜூமைப் பயன்படுத்தி *Virtual Meetings* எனப்படும் மெய்நிகர்க் கூட்டங்களுக்கு ஏற்பாடு செய்யலாம், எடுத்துக்காட்டாக, அலுவலகக் கூட்டங்கள், பொதுக்கூட்டங்கள், நூல் வெளியீட்டு விழாக்கள், கலந்துரையாடல்கள், பள்ளி, கல்லூரி வகுப்புகள் போன்றவற்றை நடத்தலாம், நண்பர்கள், உறவினர்கள் ஜூம் அழைப்பின்மூலம் உரையாடலாம், இதற்கு அவர்கள் கணினி அல்லது செல்பேசியில் ஜூம் செயலியை நிறுவிக்கொண்டுவிட்டால் போதும், உலகின் எந்த மூலையில் உள்ளவர்களும் ஒரு குடையின்கீழ் ஒருங்கிணையலாம்.

இதெல்லாம் இலவசமா?

ஜூமை யார் வேண்டுமானாலும் இலவசமாகவே பயன்படுத்தலாம், சுமார் அரை மணி நேர அளவுள்ள சிறிய கூட்டங்களை நடத்தலாம். அதைவிட நீண்ட கூட்டங்களை நடத்தவேண்டும், இன்னும் கூடுதல் வசதிகள் வேண்டும் என்றால் பணம் செலுத்தவேண்டியிருக்கும்.

கொரோனாப் பிரச்னைக்கு முன்பாகவே ஜூம் நன்கு புகழ்பெற்றிருந்தது. வீட்டிலிருந்து வேலை செய்கிறவர்கள், வெவ்வேறு ஊர்கள், நாடுகளைச் சேர்ந்த குழுக்களெல்லாம் இதைப் பயன்படுத்திக்கொண்டிருந்தன. ஆனால்,

கொரோனாவினால் ஏற்பட்ட முடக்கத்தால் இன்னும் பலர் ஜூமைத் தரவிறக்கம் செய்து பயன்படுத்தத் தொடங்கினார்கள், சில வாரங்களில் அதன் பயனாளர் எண்ணிக்கை பல மடங்கு பெருகிவிட்டது.

அந்த நேரத்தில்தான், ஜூம் உண்மையிலேயே பாதுகாப்பானதா என்ற கேள்வி எழுந்தது. அதில் பேசப்படும் விஷயங்கள் எந்த அளவுக்கு ரகசியமாகப் பாதுகாக்கப்படுகின்றன, அவர்கள் நம்மைப்பற்றித் திரட்டும் தகவல்கள் எப்படிப் பயன்படுத்தப்படுகின்றன, யாருடன் பகிர்ந்துகொள்ளப்படுகின்றன என்றெல்லாம் பல அமைப்புகள் ஆராயத் தொடங்கின, அதில் கிடைத்த சில தகவல்கள் பெரும் அதிர்ச்சியளித்தன.

எடுத்துக்காட்டாக, ஜூம் கூட்டங்கள் ஒவ்வொன்றுக்கும் ஒரு தனித்துவமான எண் வழங்கப்படுகிறது. ஒருவேளை, அந்த எண் இன்னொருவருக்குத் தெரிந்துவிட்டால், அல்லது, அவர்கள் அந்த எண்ணைப் பரிசோதனை அடிப்படையில் ஊகித்துவிட்டால், கூட்டத்துக்கான கடவுச்சொல் (பாஸ்வேர்ட்) கசிந்துவிட்டால், எந்தக் கூட்டத்திலும் யாரும் நுழைந்துவிடலாம், ரகசியத் தகவல்களைத் தெரிந்துகொண்டுவிடலாம்.

அதேபோல், ஜூம் செயலி இருக்கிற தொலைபேசி அல்லது கணினியிலிருந்து அது பல தகவல்களைத் திரட்டுகிறது, இவை பயனாளர்களுக்குத் தெரிவிக்கப்படுவதில்லை என்றும், அப்படியே தெரிவிக்கப்பட்டாலும், அந்தத் தகவல்கள் தவறானமுறையில் வெளி நிறுவனங்களுக்கு வழங்கப்படுகின்றன என்றும் ஐயங்கள் எழுந்தன. இத்துடன், ஜூம் செயலில் இருக்கும் பாதுகாப்பு ஓட்டைகள் பலவும் வெளிச்சத்துக்கு வந்தன.

இதனால், 'ஜூம் செயலியைப் பயன்படுத்தவேண்டாம்' என்று பல நிறுவனங்கள், நாடுகள் அறிவித்தன. அதற்குப் பதிலாக *WebEx, GoToMeeting, Google Meet, Microsoft Teams, Skype, WhatsApp* போன்றவற்றைப் பயன்படுத்தும்படி அறிவுறுத்தல்கள் வழங்கப்பட்டன.

அதிர்ந்துபோன ஜூம் தன்னுடைய செயலியிலிருக்கும் பாதுகாப்புப் பிரச்னைகளைச் சரிசெய்தது, ஐயங்களுக்கு விளக்கமளித்தது, கூட்டங்களை இன்னும் பாதுகாப்பாக்குவதற்குத் தாங்கள் என்னவெல்லாம் செய்கிறோம் என்று விளக்கியது. இதன்மூலம், இழந்த நற்பெயரை ஓரளவுக்கு மீட்க இயன்றது.

இப்போதும், பலர் ஜூம் செயலியைப் பயன்படுத்திக் கூட்டங்களை நடத்துகிறார்கள். அதே நேரத்தில், முன்பைவிடக் கொஞ்சம் கூடுதல் எச்சரிக்கையுடன் உள்ளார்கள். எடுத்துக்காட்டாக:

★ ஒவ்வொரு கூட்டத்துக்கும் ஒரு புதிய எண், புதிய கடவுச்சொல்லை உருவாக்குவது

★ கூட்டம் நடைபெறுகிற நேரத்துக்கு முன்னால் யாரையும் அனுமதிக்காமல் இருப்பது

★ கூட்டத்துக்குள் நுழைகிறவர்களைச் சிறிது நேரம் காத்திருக்கச்செய்து, அவர்களுடைய அடையாளத்தைச் சரிபார்த்துவிட்டு உள்ளே அனுமதிப்பது

★ எல்லாரும் வந்தபிறகு கூட்டத்தைப் பூட்டிவிடுவது (அதாவது, புதியவர்கள் நுழையாதபடி தடுப்பது)

★ கூட்டத்தை நடத்துகிற ஓரிருவருக்குமட்டுமே திரைப் பகிர்தலை (Screen Sharing) அனுமதிப்பது

★ ஜூம் செயலியில் இருக்கும் அமைப்புகளை(Settings)க் கவனித்து, வேண்டியவற்றை வைத்துக்கொண்டு மற்றவற்றை முடக்குவது

இதுபோன்ற பாதுகாப்பு ஏற்பாடுகளைப் பயன்படுத்திக் கொண்டால், ஜூம் கூட்டங்கள் இன்னும் பத்திரமாகும். கவலையோ ஐயமோ இன்றி அனைவருடனும் உரையாடலாம்.

இதற்குப்பிறகும் உங்களுக்கு ஜூம் செயலியின்மீது நம்பிக்கை வராவிட்டால், மேலே பகிர்ந்துகொண்ட மற்ற செயலிகளை முயன்றுபார்க்கலாம். இவற்றில் பெரும்பாலானவற்றை இலவசமாகவே பயன்படுத்தத் தொடங்கலாம், பிறகு

கூடுதல் வசதிகள் தேவைப்பட்டால் பணம் செலுத்தும் உறுப்பினராகலாம்.

மெய்நிகர்க் கூட்டங்கள் கொரோனா முடக்கத்தால் புகழ்பெற்றிருக்கலாம், ஆனால், நாளைய உலகில் அவை தனிப்பட்ட தொடர்புக்கும் சரி, தொழில் சார்ந்த பணிகளுக்கும் சரி, இன்றியமையாத ஒரு கருவியாக இருக்கப்போகின்றன. இவற்றை நன்கு பயன்படுத்திக்கொள்வது வெற்றிக்கான ஒரு திறமையாகவே மாறப்போகிறது. ஆகவே, ஜூம் என்றாலும் சரி, வேறு செயலிகள் என்றாலும் சரி, இருந்த இடத்திலிருந்து பணி செய்யக் கற்றுக்கொள்வது ஒரு கட்டாயத் தேவை.

(மே 2020)

10. சானல் தொடங்கலாம் வாங்க

சில பத்தாண்டுகளுக்குமுன்னால், இந்தியாவில் ஒரே ஒரு தொலைக்காட்சிச் சானல்தான் இருந்தது. விரும்பினாலும் விரும்பாவிட்டாலும் நாம் அதைத்தான் பார்க்கவேண்டியிருந்தது.

அதன்பிறகு, ஒரு பெரிய புரட்சி வந்தது. பொழுதுபோக்கு, விளையாட்டு, அறிவியல், வரலாறு, சமையல் என வெவ்வேறு தலைப்புகளில் நூற்றுக்கணக்கான சானல்கள் நம் வீட்டுக்கே வந்தன. எதைப் பார்ப்பது, எதைப் பார்க்காமலிருப்பது என்று தெரியாமல் மக்கள் திணறுகின்ற சூழ்நிலை ஏற்பட்டது.

இந்த மாற்றத்தின் அடுத்த படிநிலை, நூற்றுக்கணக்கான சானல்கள் ஆயிரக்கணக்காக, லட்சக்கணக்காகின்றன. அத்துடன், நாம் ஒவ்வொருவரும் ஒரு சானல் தொடங்கும் சூழ்நிலை உண்டாகியிருக்கிறது.

நாமே தொலைக்காட்சிச் சானல் தொடங்குவதா? இதென்ன விளையாட்டு? நிகழ்ச்சிகளைப் பதிவுசெய்வதற்கான கேமெராக்களில் தொடங்கி ஒளிபரப்பும் தொழில்நுட்பம்வரை கோடிக்கணக்கில் செலவாகுமே! அவ்வளவு செலவுசெய்து நாம் நிகழ்ச்சிகளை ஒளிபரப்பினாலும், அதைப்பற்றி யாருக்குத்

தெரியப்போகிறது? அவ்வளவாகப் புகழ்பெறாத நம்முடைய நிகழ்ச்சிகளை யார் பார்க்கப்போகிறார்கள்?

இந்தக் குறுகிய சிந்தனையை மாற்றிக்கொள்ளவேண்டிய நேரம் இது. சானலொன்றைத் தொடங்கி நடத்துவதற்கு விலையுயர்ந்த கருவிகளோ ஒளிபரப்புத் தொழில்நுட்பமோ தேவையில்லை, அதற்கு நாம் புகழ்பெற்ற ஆளுமைகளாகவோ நட்சத்திரங்களாகவோ இருக்கவேண்டிய தேவையும் இல்லை, உங்களைப்போன்ற, என்னைப்போன்ற எளிய மனிதர்கள் தங்களிடம் இருக்கும் கருவிகளைக் கொண்டு சானல் தொடங்கி நடத்தும் சூழ்நிலை இன்று உள்ளது, அதற்கான வழிகளை யூட்யூப் போன்ற தளங்கள் உருவாக்கித்தருகின்றன. மக்களும் இவ்வகையான நிகழ்ச்சிகளை விரும்பிக் காணத்தொடங்கிவிட்டார்கள்.

எடுத்துக்காட்டாக, சமீபத்தில் வெளியான புதுப்படமொன்றின் பெயரைக் கூகுளில் தட்டித் தேடுங்கள், வரும் விடைகளில் 'Videos' என்ற இணைப்பை க்ளிக் செய்யுங்கள், ஏராளமான பொதுமக்கள் அந்தத் திரைப்படத்துக்கு வீடியோ விமர்சனங்களை வெளியிட்டிருப்பதைக் காணலாம், அந்த வீடியோக்கள் ஒவ்வொன்றையும் ஆயிரக்கணக்கானோர், லட்சக்கணக்கானோர் பார்த்திருப்பதையும் கவனிக்கலாம்.

திரைப்படங்கள் மட்டுமில்லை, விளையாட்டு நிகழ்ச்சிகள், அரசியல் மாற்றங்கள், இன்னும் பலவற்றுக்கும் வீடியோக்கள் ஏராளமாக வெளியிடப்படுகின்றன. இவற்றை மக்களும் தேடிப் பார்க்கிறார்கள். இதுபோன்ற வீடியோக்களைத் தொகுத்துத் தங்களுக்கென்று ஒரு சானல் உண்டாக்கிக்கொண்டு முன்னேறுகிறவர்கள், அந்த வீடியோக்களிலிருந்து வருமானம் பெறுகிறவர்கள் எல்லா வயதிலும் இருக்கிறார்கள்.

முன்பெல்லாம் இணையத்தில் Blogs எனப்படும் வலைப்பதிவுகள் புகழ்பெற்றிருந்தன. எந்தவொரு விஷயத்தைப் பற்றியும் நூற்றுக்கணக்கான, ஆயிரக்கணக்கான பொதுமக்கள் என்ன நினைக்கிறார்கள் என்பதை இந்த வலைப்பதிவுகளில் படித்துத் தெரிந்துகொள்ள இயன்றது.

ஆனால், மக்களுடைய விருப்பம் மாறிக்கொண்டிருக்கிறது; இப்போது அவர்கள் வளவளவென்று எழுத்துகளைப் படிப்பதைவிட, சட்டென்று இரண்டு, மூன்று நிமிட வீடியோவைப் பார்த்து விஷயம் தெரிந்துகொள்வதில்தான் ஆர்வம் காட்டுகிறார்கள்.

அதாவது, ஒரு புதுப்படம் எப்படி இருக்கிறது என்கிற உங்கள் விமர்சனத்தை 400 சொற்களில் கட்டுரையாக எழுதுவதைவிட, சில நிமிட வீடியோவாகப் பதிவுசெய்து வெளியிட்டால், பல நூறு, பல்லாயிரம் பேர் அதைக் காண்பார்கள். 'லைக்' செய்வார்கள், இன்னும் கூடுதலானவர்களுக்குக் கொண்டுசெல்வார்கள், அதன்மூலம் உங்களுடைய அடுத்தடுத்த வீடியோக்கள் மேலும் புகழ்பெறும்.

ஆக, தொலைக்காட்சியில் உண்டான மாற்றத்தை இணையம் அடுத்த படிநிலைக்குக் கொண்டுசெல்கிறது. யார் வேண்டுமானாலும் வீடியோ சானலை உண்டாக்கலாம், சம்பாதிக்கலாம், இதற்குத் தேவை, சில எளிய கருவிகள், இணையம், ஏகப்பட்ட படைப்பூக்கம்!

எடுத்துக்காட்டாக, வரலாற்றிலோ இயற்பியலிலோ திரைப்படங்களிலோ புத்தகங்களிலோ சமையலிலோ வீட்டை அழகாக வைத்துக்கொள்வதிலோ ஆர்வமுள்ள ஒருவர் தனக்காக ஒரு யூப்யூப் சானலைத் தொடங்கலாம். அதாவது, தன்னுடைய வீடியோக்களைத் தொடர்ந்து பதிவுசெய்வதற்கான ஓர் இடத்தை உருவாக்கலாம்.

அதன்பிறகு, அவர் தனக்கு விருப்பமான தலைப்பில் தொடர்ந்து வீடியோக்களைப் பதிவுசெய்யலாம். இதற்கு அவர் விலையுயர்ந்த கேமெராவையோ விளக்குகளையோ வாங்கவேண்டியதில்லை, செல்ஃபோனைப் பயன்படுத்தி இயல்பாக வீடியோக்களை எடுக்கலாம், சொல்லப்போனால் அப்படிப்பட்ட வீடியோக்களைதான் மக்கள் அதிகம் விரும்பிக் காண்கிறார்கள். இப்படி அவர் பதிவுசெய்கிற வீடியோக்களையெல்லாம் அவற்றைத் தன் சானலில் வெளியிடலாம். அந்தக் குறிப்பிட்ட தலைப்பில் ஆர்வமுள்ளவர்கள் இந்த வீடியோக்களைத் தேடி

வந்து காண்பார்கள், அவருடைய சானலில் இணைவார்கள்.

சானலில் இணைதல் என்பதை ஆங்கிலத்தில் 'Subscribing to a channel' என்கிறார்கள். அதாவது, 'எனக்கு இந்தச் சானல் பிடித்திருக்கிறது, இனிமேல் இங்கு எந்த வீடியோ வந்தாலும் எனக்குத் தெரிவியுங்கள்' என்று அவர்கள் யூட்யூபிடம் தெரிவிப்பார்கள். மறுநாள் தொடங்கி, நீங்கள் வெளியிடுகிற ஒவ்வொரு வீடியோவுக்கும் அவர்களுக்கு ஓர் அறிவிப்பு அனுப்பப்படும், அவர்கள் உடனே அவற்றை வந்து பார்ப்பார்கள்.

இதன் பொருள், உங்களுடைய Subscribers அளவு மிகுதியாக மிகுதியாக, உங்கள் வீடியோக்களைக் கூடுதலானவர்கள் காண்பதற்கு வாய்ப்பிருக்கிறது. அதன்மூலம் உங்கள் வருவாயும் பெருகும்.

வீடியோக்களின்மூலம் எப்படி வருவாய் வரும்? எவ்வளவு வரும்?

இணையத்தில் நாம் காண்கிற பெரும்பாலான வீடியோக்களுக்கு முன்பும் நடுவிலும் விளம்பரங்கள் வருகின்றன. வீடியோ ஓடும்போது அதற்குக் கீழே விளம்பரங்கள் தோன்றுவதும் உண்டு. இதுபோன்ற விளம்பரங்களின்மூலம் யூட்யூப் போன்ற வீடியோத் தளங்கள் கணிசமாகச் சம்பாதிக்கிறார்கள். அந்த வீடியோக்களை உருவாக்கி இந்த விளம்பர வருவாய்க்கு வழிவகுக்கும் பொதுமக்களுக்கு அதில் ஒரு பங்கைத் தருகிறார்கள்.

அந்தப் பங்கு ஒப்பீட்டளவில் சிறியதுதான்; ஒரு வீடியோவுக்குச் சில பைசா என்ற அளவில்தான் இருக்கும்; ஆனால், அந்த வீடியோவைப் பல்லாயிரம் பேர் காண்கிறார்கள் எனும்போது, இந்தத் தொகை பெருகும், இப்படிப் பல வீடியோக்களைத் தொடர்ந்து வெளியிட்டால், மாதந்தோறும் ஒரு கணிசமான வருவாயைப் பெறலாம்.

இத்துடன், புகழ்பெற்ற, கணிசமான Subscribersஐக் கொண்ட யூட்யூப் சானல்களுக்கு Sponsored Videos எனப்படும்

விளம்பர வீடியோக்களின் மூலமும் பணம் சம்பாதிக்கலாம். எடுத்துக்காட்டாக, குழந்தைகளுக்கான யூட்யூப் சானல் நடத்துகிற ஒருவர், புதிதாக வெளியாகும் பொம்மைகளை விளம்பரப்படுத்தி வீடியோ பதிவுகளை வெளியிடலாம், அதற்காக அந்தப் பொம்மைகளைத் தயாரிக்கிறவர்களிடம் பணம் பெறலாம்.

இப்படி இன்னும் பல வழிகளில் வீடியோக்களை வைத்துச் சம்பாதிக்க வாய்ப்பிருக்கிறது. எந்த அளவு கூடுதலானவர்களை நம் வீடியோக்கள் சென்றடைகின்றனவோ, அந்த அளவு வருவாய்ச் சாத்தியம் பெருகும். யூட்யூபிலேயே மாதந்தோறும் லட்சக்கணக்கில் சம்பாதிக்கிறவர்கள் உள்ளார்கள்; எல்லாராலும் அந்த அளவுக்குச் சம்பாதிக்க இயலாவிட்டாலும், ஒவ்வொருவருடைய உழைப்பைப் பொறுத்துச் சில நூறிலிருந்து சில ஆயிரம்வரை சம்பாதிப்பது சாத்தியம்தான்.

இங்கே 'உழைப்பு' என்பது, வீடியோக்களைப் பதிவுசெய்வது மட்டுமில்லை; அவற்றை விளம்பரப்படுத்தவேண்டும், சந்தைப் படுத்தவேண்டும், அதாவது, மார்க்கெட்டிங் செய்யவேண்டும்.

எடுத்துக்காட்டாக, நம்முடைய நண்பர்கள் வட்டத்தில் நம் வீடியோக்களின் இணைப்புகளைப் பகிர்ந்துகொள்ளலாம், தொடர்புடைய வாட்ஸாப் குழுக்களில் அனுப்பலாம், ஃபேஸ்புக், ட்விட்டர் போன்றவற்றைப் பயன்படுத்திக்கொள்ளலாம், இதில் ஓரளவு வருவாய் வரத்தொடங்கியபிறகு, காசு செலவழித்து விளம்பரப்படுத்தி நம்முடைய வீடியோக்களைப் பரப்பலாம்.

இன்னொருபக்கம், வீடியோக்களின் தரத்தையும் மேம்படுத்தலாம். இன்னும் சுவையான தலைப்புகளில் வீடியோக்களைத் தயாரிக்கலாம், கொஞ்சம் நல்ல கேமெரா வாங்கலாம், வீடியோ எடிட்டிங் நுட்பங்களைக் கற்றுக்கொண்டு வீடியோக்களை மேலும் சிறப்பாக்கலாம்.

சுருக்கமாகச் சொன்னால், குறைந்த முதலீட்டில் திறமையை மட்டும் நம்பி உள்ளே நுழையலாம், ஓரளவு சம்பாதிக்கலாம், பின்னர் அந்தத் தொகையை முதலீடாகப் பயன்படுத்தி

இன்னும் பெரிய அளவுக்குச் செல்லலாம். இதையே முழுநேரத் தொழிலாகச் செய்யும் அளவுக்கு வீடியோச் சானல்களில் வாய்ப்புகள் இருக்கின்றன: மக்கள் விரும்பி ரசிக்கக்கூடிய வீடியோக்களை உங்களால் வழங்க இயலுமென்றால், வெற்றி உறுதி.

ஆனால், தமிழில் யூட்யூப் சானல் தொடங்கினால் பெரிய அளவில் சம்பாதிக்க இயலுமா?

ஆங்கிலம் போன்ற மொழிகளுடன் ஒப்பிடும்போது தமிழில் யூட்யூப் வருவாய் குறைவுதான். அதேசமயம், நம் ஊரில் இணையம் இப்போதுதான் பரவலாகிக்கொண்டிருக்கிறது என்பதை நினைவில் கொள்ளுங்கள். ஆங்கிலம் தெரியாத, அல்லது, தமிழில் விஷயங்களைக் கேட்டறிய விரும்புகிற மக்கள் லட்சக்கணக்கில் உள்ளார்கள். அவர்களுக்குத் தமிழ் வீடியோக்கள்தான் விருப்பமானவையாக இருக்கும். ஆகவே, தொடர்ந்து தமிழில் வீடியோக்களை வெளியிட்டுவந்தால், இந்தச் சந்தை வளரும்போது, அதோடு நாமும் வளரலாம்.

வீடியோ சானல்களைத் தொடங்கி, அவற்றை ஒரு தொழிலாகவே மாற்றிக்கொள்கிறவர்களை ஆங்கிலத்தில் 'Videopreneurs', அதாவது, வீடியோ தொழில்முனைவோர் என்கிறார்கள். இந்தியாவில் இவ்வகைத் தொழில்முனைவோர் இப்போதுதான் கூடுதலாக வரத்தொடங்கியிருக்கிறார்கள், அடுத்த சில ஆண்டுகளில் இந்தத் துறை இன்னும் பலமடங்கு வளர்வதைக் காணலாம், திறமையுள்ளவர்கள் அந்த அலையைப் பயன்படுத்திக்கொண்டு மனத்துக்குப் பிடித்த தொழில்வாழ்க்கையை அமைத்துக்கொள்ளலாம், இல்லாவிட்டால், வழக்கமான வேலைக்குச் சென்றபடி ஓய்வுநேரத்தில் இதில் ஈடுபட்டுக் கூடுதல் பணத்தை, புகழைச் சம்பாதிக்கலாம். நம் விருப்பத்துக்கேற்ற முன்னேற்றத்தைச் சாத்தியமாக்குகிறது இந்தத் துறை.

(மார்ச் 2020)

11. நாள்தோறும் நடை

வண்டிகளின் முன்பக்கத்தில் 'ஸ்பீடாமீட்டர்' எனப்படும் விரைவுமானிகளைப் பொருத்தியிருக்கிறார்கள். இதன்மூலம் அந்த வண்டி எவ்வளவு விரைவாகச் செல்கிறது, எத்தனை கிலோமீட்டர்கள் ஓடியிருக்கிறது, அதில் எவ்வளவு எரிபொருள் உள்ளது என்பதுபோன்ற தகவல்களைத் தெரிந்துகொள்கிறோம்.

மனிதர்களுக்கும் இதுபோன்ற விரைவுமானிகள் இருந்தால் எப்படியிருக்கும்!

இது ஒன்றும் கற்பனையில்லை. உண்மையிலேயே இப்படிப்பட்ட விரைவுமானிகள் சந்தைக்கு வந்துவிட்டன. இதன்மூலம் நாம் நாள்தோறும் எவ்வளவு தொலைவு நடந்துள்ளோம், எத்தனை படிகள் ஏறி, இறங்கியுள்ளோம், அதனால் எத்தனை கலோரிகளை எரித்துள்ளோம், நடக்கும்போது, ஓடும்போது, சும்மா உட்கார்ந்திருக்கும்போது நம்முடைய இதயத்துடிப்பு என்ன, நாம் எவ்வளவு நேரம் தூங்குகிறோம், அதில் எத்தனை சதவிகிதம் ஆழ்ந்த உறக்கம் என்பதுபோன்ற தகவல்களைத் துல்லியமாகத் தெரிந்துகொள்ளலாம். வாரக்கணக்கில், மாதக்கணக்கில் இந்தப் புள்ளிவிவரங்களைப் பார்த்து நம்மை நாமே சுறுசுறுப்பாக்கிக்கொள்ளலாம், சக நண்பர்களுடன்

சவால் விட்டுக்கொண்டு, அவரவர் இடத்தில் இருந்தபடியே ஓட்டப்பந்தயம் நடத்தலாம், இப்படி இன்னும் பலப்பல வசதிகள்.

இவ்வகைக் கருவிகளை 'Wearables', 'Activity Trackers', 'Fitness Bands', 'Smart Watches' என்று பலவிதமாக அழைக்கிறார்கள். அதாவது, இவற்றை நாம் கையிலோ கழுத்திலோ வேறொரு குறிப்பிட்ட இடத்திலோ அணிந்துகொள்ளலாம், அதன்பிறகு, நாள்முழுக்க நாம் நடக்கையில், ஓடுகையில், அமர்ந்திருக்கையில், தூங்குகையில் இவை நம்முடைய இயக்கப் புள்ளிவிவரங்களைக் கணக்கிட்டபடி இருக்கும். அவை இதே கருவிகளில் உள்ள குட்டித்திரைகளில், அல்லது, நம்முடைய செல்பேசிகளில் காட்டப்படும்.

தற்போது சந்தையில் மிகச்சிறந்து விளங்கும் Activity Trackers, ஆப்பிள் ஐவாட்ச், ஃபிட்பிட், எம்ஐ பாண்ட் ஆகியவை. இந்தக் கருவிகளுக்கு மக்களிடையே நல்ல வரவேற்பு இருப்பதால், மற்ற பல நிறுவனங்களும் இதில் குதித்துள்ளார்கள், வெவ்வேறு விலைகளில் விதவிதமான Activity Trackersஐ விற்பனைக்குக் கொண்டுவந்துள்ளார்கள். இந்தியாவில் ஆயிரத்தைந்நூறு ரூபாயிலிருந்து இவற்றை வாங்கலாம்.

இவற்றை அணிவதால் என்ன பயன்?

இன்றைய வாழ்க்கைமுறையில் பெரும்பாலானோர் உடற்பயிற்சிக்கு நேரம் ஒதுக்குவதில்லை, அதை முதன்மையாகக் கருதுவதில்லை, நாம் நடப்பதே மிகவும் குறைந்துவிட்டது. பெரும்பாலும் அமர்ந்தபடிதான் வேலைசெய்கிறோம், எங்காவது செல்வதென்றாலும் வாகனங்களைப் பயன்படுத்துகிறோம். இவையெல்லாம் நம் உடலுக்குத் தீங்கான வாழ்க்கைமுறைப் பழக்கங்கள்.

இதனால், குறைந்தபட்ச உடற்பயிற்சியாக நாள்தோறும் 10000 தப்படிகள் (சுமார் 8 கிலோமீட்டர்) நடப்பது நல்லது என்கிறார்கள் மருத்துவர்கள். அதைக் கணக்கிட்டு உறுதி செய்வதற்குதான் இந்தக் கருவிகள் பயன்படுகின்றன.

எடுத்துக்காட்டாக, ஒருவர் காலையில் அலுவலகத்துக்குச் செல்வதற்காகப் பேருந்து நிறுத்தம்வரை நடந்துசெல்கிறார், பின்னர் பேருந்திலிருந்து இறங்கி அலுவலகம்வரை நடக்கிறார், அலுவலகத்துக்குள் சக ஊழியர்களைச் சந்திப்பதற்கு, மதிய உணவுக்கு, வெவ்வேறு கூட்டங்களில் கலந்துகொள்வதற்கு என்று நடக்கிறார், மாலையில் மீண்டும் பேருந்து நிறுத்தங்களுக்கு முன்பும் பின்பும் நடக்கிறார், இவையெல்லாம் சேர்ந்தால் எத்தனை தப்படிகள்? 10000 என்ற இலக்கை எட்டுவதற்கு இன்னும் எத்தனை தப்படிகள் நடக்கவேண்டும்? அவருக்குத் தெரியாது, நாள்முழுக்க இவற்றைக் கணக்கிட்டுக்கொண்டிருப்பதும் சாத்தியமில்லை.

ஒருவேளை, அவர் தன்னுடைய கையில் இப்படியொரு ஃபிட்னஸ் பாண்டைக் கட்டிக்கொண்டிருந்தால், நாள்முழுக்க இது அவருடைய தப்படிகளைக் கணக்கிட்டுக்கொண்டே இருக்கும். மாலையில் வீடு திரும்பியதும், 'நீங்கள் பகல்முழுக்க 6000 தப்படிகள் நடந்துள்ளீர்கள், இன்னும் 4000 தப்படிகள் நடக்கவேண்டும்' என்று அறிவிக்கும்.

அதேபோல், வீட்டில் இருக்கும் ஒருவர் நெடுநேரம் அமர்ந்து தொலைக்காட்சியைப் பார்த்துக்கொண்டிருக்கிறார் என்றால், அவருடைய ஃபிட்னஸ் பாண்ட் ஓர் எச்சரிக்கை அதிர்வை எழுப்பும், 'ஒரு மணிநேரமாக ஒரே இடத்தில் அமர்ந்திருக்கிறீர்கள், சிறிதுதூரம் நடந்துவிட்டு வாருங்களேன்' என்று நினைவுபடுத்தும்.

இவையெல்லாம் ஃபிட்னஸ் பாண்ட்களின் அடிப்படை வசதிகள். இன்னும் பலப்பல மேம்பட்ட வசதிகளைக் கொண்ட பாண்ட்களெல்லாம் இருக்கின்றன. அவற்றைப் புரிந்துகொண்டு பயன்படுத்தினால் நாள்முழுக்கச் சுறுசுறுப்பாக இயங்கலாம், உடல்நலத்தைப் பேணலாம்.

ஃபிட்னஸ் பாண்ட்களுக்குக் கூட்டாளியாக ஒரு ஸ்மார்ட்ஃபோன் செயலியும் இருக்கும். அதை உங்களுடைய செல்பேசியில் நிறுவிக்கொள்ளவேண்டும். அதன்பிறகு, உங்கள் ஃபிட்னஸ் பாண்டும் இந்தச் செயலியும் ப்ளூடூத் தொழில்நுட்பத்தின்மூலம்

பேசிக்கொள்ளும். அந்தச் செயலியில் உங்களுடைய அன்றாட நடவடிக்கைகள், வார, மாத, ஆண்டுப் புள்ளிவிவரங்களைப் பார்க்கலாம், நண்பர்களைச் சேர்த்துக்கொண்டு ஒன்றாக நடக்கலாம், ஓடலாம்.

ஒவ்வொரு ஃபிட்னஸ் பாண்டிலும் உள்ள வசதிகள், பயன்பாட்டின் அடிப்படையில் அவற்றுக்கு மின்னேற்ற (சார்ஜ்செய்ய) வேண்டும். ஏகப்பட்ட வசதிகளைக் கொண்ட ஸ்மார்ட் வாட்ச்களைக் கிட்டத்தட்ட நாள்தோறும் சார்ஜ் செய்யவேண்டியிருக்கும், நடையை, இதயத்துடிப்பை, தூக்கத்தைமட்டும் கணக்கிடுகிற ஃபிட்னஸ் பாண்ட்களை சுமார் இருபது நாட்களுக்கு ஒருமுறை சார்ஜ்செய்யவேண்டியிருக்கும்.

ஃபிட்னஸ் பாண்ட்களின் மிகப்பெரிய நன்மை, பொதுவாகச் சலிப்பூட்டும் செயலான நடைப்பயிற்சியை இவை ஒரு விளையாட்டாக மாற்றிவிடுகின்றன. வழக்கமாக நடப்பதற்குத் தயங்குகிறவர்கள்கூட, இன்னும் சிறிது தொலைவு நடந்தால் தப்படிகளின் எண்ணிக்கை கூடுமே, இன்றைய இலக்கை எளிதில் எட்டிவிடலாமே என்கிற எண்ணத்துடன் கூடுதலாக நடக்கிறார்கள், 'இன்றைக்கு எவ்வளவு தப்படிகள் நடந்திருக்கிறோம்?' என்று ஃபிட்னஸ் பாண்டிலுள்ள பொத்தானை அடிக்கடி அமுக்கிப்பார்த்துக்கொள்கிறார்கள், எதற்கெடுத்தாலும் வண்டியை எடுக்கிற பழக்கத்தைக் குறைக்கிறார்கள், மேலும் மேலும் நடப்பதற்கான வாய்ப்புகளைத் தேடிச்சென்று உருவாக்குகிறார்கள், நாள்தோறும் தங்களுடைய நடைக்கணக்கை (அதாவது, தப்படிகளின் எண்ணிக்கை, கிலோமீட்டர் அளவை) அழகாகப் படம் பிடித்து ஃபேஸ்புக்கில், வாட்ஸாப்பில் வெளியிட்டுப் பெருமைப்படுகிறார்கள்.

தொலைக்காட்சி, செல்ஃபோன்போல இதுவும் ஒருவிதத்தில் அடிமைத்தனம்தான், ஆனால், நல்ல அடிமைத்தனம்.

ஆனால், ஒருநாளைக்கு 10000 தப்படிகள் என்பது எல்லாருக்கும் சாத்தியப்படுமா? சிலருக்கு நேரம் இருப்பதில்லை, சிலருடைய உடல்நிலை இதற்கு ஒத்துழைப்பதில்லை, அவர்களெல்லாம் என்ன செய்வது?

10000 தப்படிகள் என்பது வல்லுனர்களுடைய பரிந்துரைதான். ஒருவேளை உங்களால் அவ்வளவு நடக்க இயலாது என்றால், அதை 8000ஆகவோ, 6000ஆகவோ குறைத்துக்கொள்ளலாம், ஆர்வமுள்ளவர்கள் 12000, 15000 என்று மிகுதியாக்கிக்கொள்ளலாம். எண்ணிக்கை எதுவானாலும் சரி, நாள்தோறும் நடப்பதும், அந்த இலக்கைத் தொடர்ந்து எட்டுவதும், நடப்பதை நிரந்தரப் பழக்கமாக்கிக்கொள்வதும்தான் முக்கியம்.

(ஃபிப்ரவரி 2020)

12. அறிவை வளர்க்கும் பாட்காஸ்ட்கள்

அன்றைய மன்னர்களுடைய முதன்மையான அடையாளம், அவர்களுடைய தலையில் இருக்கும் கிரீடம்தான். அதைக் கழற்றிவிட்டால் அவர்களுக்கு மதிப்பு குறைந்துவிடும்.

அதுபோல, இன்றைய அரசர்களும் அரசியரும் தலையில் எந்நேரமும் ஹெட்ஃபோனோடுதான் நடமாடுகிறார்கள். அதற்கேற்பப் பல வண்ணங்களில், ஒலித்தரங்களில், பலவகையான வசதிகளுடன், எல்லா விலைகளிலும் ஹெட்ஃபோன்கள் சந்தையில் கிடைக்கின்றன.

தலையில் மாட்டிக்கொள்ளும் ஹெட்ஃபோன்களுடன், காதுக்குள் நுழைத்துக்கொள்ளும் இயர்ஃபோன்கள், வெறுமனே காதுத்துளையில் தொங்குகின்ற இயர்பாட்கள், கம்பியுள்ளவை, கம்பியில்லாதவை, அதிலேயே பேசும் வசதி (ஒலிவாங்கி/மைக்) கொண்டவை என்று பல நவீன வசதிகளும் வந்திருக்கின்றன. ஏதேனும் ஒரு நகரப் பேருந்தில் ஏறினால் இவை அனைத்தையும் வரிசையாகப் பார்க்கலாம்.

இந்தத் திடீர் ஒலிப்புரட்சிக்குக் காரணம், பரவலாகியிருக்கிற இணையமும் டிஜிட்டல் இசையும் வீடியோக்களும்தான். சினிமாப் பாடல்கள், பக்திப்பாடல்கள், பட்டிமன்றங்கள், திரைப்படங்கள் என்று அனைத்தையும் மக்கள் செல்ஃபோன் வழியாகப் பார்த்து, கேட்டு ரசிக்கிறார்கள்.

ஹெட்ஃபோன்கள் வெறுமனே பொழுதுபோக்குக் கருவிகள் என்று எண்ணிவிடவேண்டாம். அவற்றைக்கொண்டு நம்முடைய அறிவையும் வளப்படுத்திக்கொள்ளலாம். அதற்குப் பாட்காஸ்ட்கள் (Podcasts) உதவுகின்றன.

பாட்காஸ்டா? அப்படீன்னா?

தொலைக்காட்சி நிலையங்கள் தங்களுடைய நிகழ்ச்சிகளை ஒளிபரப்புகின்றன (telecasting), வானொலி நிலையங்கள் தங்களுடைய நிகழ்ச்சிகளை ஒலிபரப்புகின்றன (broadcasting), அதுபோல, இணையத்தின்வழியாக ஒலிவடிவ நிகழ்ச்சிகளைப் பரப்பும் செயலை Podcasting என்கிறார்கள். அவ்வாறு நிகழ்ச்சிகளைப் பரப்பும் இணைய ஒலிபரப்பு நிலையங்களை Podcasts/Podcast Channels என்கிறார்கள்.

எடுத்துக்காட்டாக, வரலாற்றுப் பேராசிரியர் ஒருவர் சொந்தமாக ஒரு பாட்காஸ்ட் தொடங்குகிறார். தன்னுடைய துறையில் பல தலைப்புகளைத் தேர்ந்தெடுத்து விரிவாகப் பேசுகிறார், அதே துறையைச் சேர்ந்த மற்ற வல்லுனர்களைப் பேட்டியெடுக்கிறார், வாசகர் கேள்விகளுக்குப் பதில் சொல்கிறார், இந்த ஒலிப்பதிவுகளை வாரம் ஒன்றாக வெளியிடுகிறார்

உலகம்முழுக்க, அவருடைய துறையில் ஆர்வமுள்ள மாணவர்கள், பொதுமக்கள் இருக்கிறார்கள். அவர்களெல்லாம் இந்த பாட்காஸ்டில் இணைந்துகொள்கிறார்கள். (ஆங்கிலத்தில் இதை 'Subscribing' என்பார்கள்). அதன்பிறகு, வாராவாரம் அவர் புதிய ஒலிப்பதிவுகளை வெளியிட்டதும் அவர்களுக்கு அறிவிப்பு வந்துவிடுகிறது. உடனே அவர்கள் அந்த ஒலிப்பதிவைத் தரவிறக்கம் செய்து கேட்கிறார்கள். இதை வரலாற்றுப் பேராசிரியர்தான் செய்யவேண்டும்

என்றில்லை; வெவ்வேறு துறைகளில் சிறந்துவிளங்குகிற யார் வேண்டுமானாலும் பாட்காஸ்ட் தொடங்கலாம். அறிவியல், சந்தைப்படுத்துதல், மேலாண்மை, சமையல், சுயமுன்னேற்றம் என்று பலப்பல துறைகளில் இப்படிப்பட்ட பாட்காஸ்ட்கள் உள்ளன. அந்தந்தத் துறைகளில் விருப்பமுள்ளோர் இவற்றில் இணைந்துகொள்ளலாம்.

வீடியோ சொற்பொழிவுகளும் இதைத்தானே செய்கின்றன? தனியே பாட்காஸ்ட் என ஒன்று எதற்காக?

எல்லாச் சொற்பொழிவுகளுக்கும் வீடியோ தேவையில்லை. செய்முறை விளக்கங்கள், படக்காட்சிகள் உள்ள சொற்பொழிவுகளை வீடியோவில் பார்க்கலாம், மற்றவற்றை ஒலிவடிவில் கேட்பதுதான் வசதி. ஏனெனில், வீடியோ என்பது நம்முடைய கவனத்தை ஒரே இடத்தில் நிறுத்திவிடுகிறது; அதைப் பார்த்தபடி மற்ற வேலைகளைச் செய்வது சிரமம்.

ஆனால், ஆடியோ (ஒலிப்பதிவுகள்) அப்படியில்லை. ஒலிபெருக்கியில் அவற்றை ஓடவிட்டுக் கேட்டபடி சமையலைக் கவனிக்கலாம், உடற்பயிற்சி செய்யலாம், கார் ஓட்டலாம், ஹெட்ஃபோனில் ஒலிக்கவிட்டபடி பூங்காவில் நடக்கலாம், அலுவலகப் படிகளில் ஏறலாம். வேலைகளுக்கும் தடையில்லை, விஷயமும் நம் காதுகளில் சென்று சேர்ந்துவிடும்.

பாட்காஸ்ட்கள் என்பவை கிட்டத்தட்ட வானொலி நிலையங்களைப்போலதான். ஒரே வேறுபாடு, இவற்றை நாம் விரும்பும் நேரத்தில் கேட்கலாம். புரியாவிட்டால் சில நிமிடங்கள் பின்னே சென்று கேட்கலாம், பிடித்திருந்தால் சேமித்துவைத்துக்கொண்டு திரும்பத்திரும்பக் கேட்கலாம்.

வெவ்வேறு துறைகளில் ஏராளமான பாட்காஸ்ட்கள் தொடர்ந்து ஒலிபரப்பாகிக்கொண்டிருப்பதால், நமக்குப் பிடித்த தலைப்பிலுள்ள பாட்காஸ்ட்களில் இணைவது மிகவும் எளிது. அதன்பிறகு, வாரந்தோறும் பலமணிநேரம் நம்முடைய செவிக்கு உணவு கிடைத்துக்கொண்டே இருக்கும், நேரம் வீணாவது குறையும்.

இதற்காக நாம் தனியாகச் செலவழிக்கவும் வேண்டியதில்லை. பெரும்பாலான பாட்காஸ்ட்கள் இலவசமாகவே கிடைக்கின்றன.

ஐந்தாறு நிமிடங்களில் ஒரு விஷயத்தைச் சுருக்கமாகச் சொல்கிற பாட்காஸ்ட்களில் தொடங்கி, ஓரிருமணிநேரங்களுக்கு விரிவாகச் செல்கிற பாட்காஸ்ட்கள்வரை இங்குண்டு. ஒரே தலைப்பைப் பல துண்டுகளாகப் பிரித்து வெளியிடுகிறவர்களும் இருக்கிறார்கள், பின்னணி இசையெல்லாம் சேர்த்து பாட்காஸ்டைச் சுவையாக்குகிறவர்களும் உள்ளார்கள்.

தற்போது பெரும்பாலான பாட்காஸ்ட்கள் ஆங்கிலத்தில்தான் கிடைக்கின்றன. ஆனால், சமீபகாலமாகத் தமிழிலும் பாட்காஸ்ட்கள் வரத்தொடங்கியுள்ளன. வருங்காலத்தில் இந்த எண்ணிக்கை மேலும் பெருகும்.

விரும்பினால், நீங்கள்கூட ஒரு பாட்காஸ்ட் தொடங்கலாம். உங்களுடைய துறையில் வெவ்வேறு தலைப்புகளில் ஒலிப்பதிவுகளை வெளியிட்டு நேயர் கூட்டத்தைச் சேர்க்கலாம், சிறந்த வல்லுனராக உங்களை நிலைநிறுத்திக்கொள்ளலாம்.

அதற்குமுன்னால், பாட்காஸ்ட் நேயர்களாவது எப்படி? எந்தெந்தத் தலைப்பில் பாட்காஸ்ட்கள் உள்ளன என்று எப்படித் தெரிந்துகொள்வது? நமக்குப் பிடித்த பாட்காஸ்களில் இணைவது எப்படி?

ஐஃபோன் வைத்திருப்பவர்கள் *iTunes* கடைக்குச் சென்று பாட்காஸ்ட்களைத் தேடலாம். பிடித்திருப்பவற்றில் இணைந்துகொள்ளலாம்.

ஆன்ட்ராய்ட் தொலைபேசியைப் பயன்படுத்துகிறவர்கள் இதற்கென்று சிறப்பாக உருவாக்கப்பட்டுள்ள *Google Podcasts, Stitcher*போன்ற பாட்காஸ்ட் அப்ளிகேஷன்களில் ஒன்றைத் தரவிறக்கிக்கொள்ளவேண்டும். பின்னர் அவற்றுக்குள் பாட்காஸ்ட்களைத் தேடி இணையலாம்.

எல்லாப் பாட்காஸ்ட்களிலும் நீங்கள் நிரந்தரமாக இணையவேண்டும் என்று அவசியமில்லை. அந்த பாட்காஸ்டைப்

பற்றிய அறிமுகக்குறிப்பை வாசித்துப்பார்க்கலாம், ஓரிரு ஒலிப்பதிவுகளைக் கேட்கலாம், பிடித்திருந்தால் இணைந்து கொள்ளலாம். இல்லாவிட்டால் அதே தலைப்பில் வேறு பாட்காஸ்ட்களைத் தேடலாம்.

ஒருவேளை, ஆர்வக்கோளாறு காரணமாக நீங்கள் பல பாட்காஸ்ட்களில் இணைந்துவிட்டீர்கள் என்றால், வாரம்முழுக்கப் புதிய ஒலிப்பதிவுகள் வந்து குதித்துக்கொண்டே இருக்கும். அந்த அறிவிப்புகள் உங்களுக்குப் பெரிய தொந்தரவாகிவிடலாம். அவற்றினிடையே நல்ல ஒலிப்பதிவுகளை நீங்கள் கேட்க மறந்துவிடலாம்.

ஆகவே, உண்மையிலேயே உங்கள் ரசனைக்குப் பொருந்தும் பாட்காஸ்ட்களில்மட்டும் இணையுங்கள். அவற்றைத் தொடர்ந்து கேட்டு உங்கள் அறிவைப் பெருக்கிக்கொள்ளுங்கள். உங்களுக்குப் பிடித்த பாட்காஸ்ட் கலைஞர்களுக்குப் பாராட்டுகளை அனுப்பி ஊக்குவியுங்கள். உலகின் மிகப்பெரிய, நாள்தோறும் வளர்ந்துகொண்டேயிருக்கிற இந்த ஒலி நூலகத்தைப் பயன்படுத்திக்கொள்ளுங்கள்!

(டிசம்பர் 2019)

13. விற்பனையைப் பெருக்க உதவும் டிஜிட்டல் தளங்கள்

உங்கள் ஊரில் *Swiggy* அல்லது *Zomato* வசதி இருக்கிறதா?

இல்லாவிட்டாலும் பரவாயில்லை, சும்மா ஓர் ஆராய்ச்சிக்காக இந்த அப்ளிகேஷன்களில் ஒன்றை டவுன்லோட் செய்து உள்ளே நுழையுங்கள், எதையும் ஆர்டர் செய்யவேண்டாம், அதிலுள்ள உணவகங்களின் பெயர்களைமட்டும் கவனமாகப் படித்துக்கொண்டே வாருங்கள்.

இப்போது, அப்ளிகேஷனை மூடிவைத்துவிட்டுக் கொஞ்சம் யோசியுங்கள்: இந்த உணவகங்களில் எவற்றையெல்லாம் நீங்கள் நேரில் பார்த்திருக்கிறீர்கள், அல்லது, கேள்விப்பட்டிருக்கிறீர்கள்? உங்கள் ஊரில் இத்தனை உணவகங்கள் உள்ளன என்பது உங்களுக்குத் தெரியுமா? ஒரே இடத்தில் இத்தனை உணவகங்களுடைய பெயர்களை வேறு எங்காவது நீங்கள் பார்த்ததுண்டா?

இந்தப் பட்டியலால், மக்களுக்குக் கிடைக்கும் வாய்ப்புகள் அதிகரிக்கின்றன. முன்பு தங்கள் வீட்டுக்குப் பக்கத்திலுள்ள ஓரிரு உணவகங்களை மட்டும் முயன்று பார்த்துக்கொண்டிருந்தவர்கள்

இப்போது இன்னும் பலவற்றை முயல்கிறார்கள், பிடித்தவற்றைத் தொடர்கிறார்கள், பிடிக்காதவற்றை விட்டுவிட்டு வேறு உணவகங்களுக்குச் செல்கிறார்கள்.

*Swiggy*யோ *Zomato*வோ உணவகங்களைப் பட்டியலிடுவதுபோல், *Oyo* என்ற அப்ளிகேஷன் தங்குமிடங்களைப் பட்டியலிடுகிறது, *Uber, Ola* ஆகியவை கார்களை, ஆட்டோரிக்ஷாக்களைப் பட்டியலிடுகின்றன, *Bounce* என்ற அப்ளிகேஷன் ஸ்கூட்டர்களைப் பட்டியலிடுகிறது, *Urbanclap, Housejoy* போன்ற அப்ளிகேஷன்கள் வீட்டுவேலை செய்பவர்களைப் பட்டியலிடுகிறது, இப்படி இன்னும் பலப்பல அப்ளிகேஷன்கள் வந்துள்ளன, இன்னும் வந்துகொண்டிருக்கின்றன.

இதன் நீட்சியாக, அமேசான், ஃப்ளிப்கார்ட்போன்ற தளங்களில் நுழைந்துபார்த்தால் இந்தியாமுழுவதும், ஏன் உலகம் முழுவதுமுள்ள உற்பத்தியாளர்கள், விற்பனையாளர்கள் தங்களுடைய பொருட்களைப் பட்டியலிடுகிறார்கள். இதனால், கிராமங்கள், குக்கிராமங்களில் உள்ளவர்கள்கூட நவீன பொருட்களை உடனுக்குடன் வாங்கிப் பயன்படுத்துகிற வாய்ப்பு உண்டாகிக் கொண்டிருக்கிறது.

இதனால் மக்களுக்குக் கிடைக்கிற நன்மைகள் ஒருபுறமிருக்க, தொழில்நடத்துபவர்களுக்கும் இதனால் மிகப்பெரிய வாய்ப்புகள் உண்டாகின்றன. அவர்கள் தங்களுடைய தயாரிப்புகளை, சேவைகளை பிரமாண்டமான தளத்துக்குக் கொண்டுசெல்ல இயலுகிறது.

எடுத்துக்காட்டாக, நகரின் ஒரு மூலையில், ஒரு சிறிய அறைக்குள் 4மேசைகளை வைத்து உணவகம் நடத்துகிறார் ஒருவர். அவர் என்னதான் பிரமாதமாகச் சமைத்தாலும், அதே பகுதியில் வசிக்கும் மக்கள்தான் அவருடைய வாடிக்கையாளர்கள். சேர்ந்தாற்போல் 20பேர் வந்து சாப்பாடு கேட்டால் உட்காரவைப்பதற்குக்கூட அவருடைய கடையில் இடமில்லை.

அந்த மனிதர், இப்படியோர் அப்ளிகேஷனில் தன்னுடைய கடையைச் சேர்க்கிறார் என்று வைத்துக்கொள்வோம். திடீரென,

தானா எழுதும் பேனா!

அவருடைய பெயர் நகர்முழுக்கத் தெரிந்துவிடுகிறது, யார் வேண்டுமானாலும் அவருடைய கடையில் உணவு வாங்கலாம் என்பதால், அவருடைய தொழில்வாய்ப்பு பெருகுகிறது, அவர் உற்பத்தியைப் பெருக்குகிறார், இன்னும் அதிக மக்களுக்கு உணவை அனுப்பிவைக்கிறார்.

இந்த எடுத்துக்காட்டைக் கார்கள், ஆட்டோரிக்ஷாக்கள், தங்குமிடங்கள், மளிகை சாமான் விற்பவர்கள், பொம்மைத் தயாரிப்பாளர்கள், புத்தக வெளியீட்டாளர்கள், வண்ணம் பூசுபவர்கள், மின்சாரப் பொருட்களைப் பழுது பார்ப்பவர்கள், வீட்டைத் தூய்மைப்படுத்துபவர்கள் என்று எதற்கு வேண்டுமானாலும் நீட்டிக்கலாம். இவர்கள் எல்லாரும் ஓரிடத்தில் இருந்தபடி பலநூறு, பல்லாயிரம் வாடிக்கையாளர்களைச் சென்றடையக்கூடிய வாய்ப்புகள் இன்று உருவாகியுள்ளன. காரணம், மேலே நாம் பார்த்த டிஜிட்டல் தளங்கள் (Digital Platforms).

இதனால், நீங்கள் ஓர் உற்பத்தியாளராக, விற்பனையாளராக, சேவை வழங்குநராக இருந்தால், அல்லது, சொந்தத் தொழில் தொடங்க விரும்பினால், உங்களுடைய சிந்தனையைக் கொஞ்சம் மாற்றியமைக்கவேண்டியுள்ளது. இந்தத் தளங்களைச் சரியாகப் பயன்படுத்திக்கொள்வதன்மூலம் நீங்கள் உங்கள் வாய்ப்புகளைப் பன்மடங்கு பெருக்கலாம்.

எடுத்துக்காட்டாக, ரியான் டானியல் மோரன் என்பவர் அமேசானில் ஒரே மாதத்தில் 7.62லட்சம் டாலர் (இந்திய மதிப்பில் சுமார் 5.3கோடி ரூபாய்) சம்பாதித்ததாகச் சொல்கிறார். இத்தனைக்கும், இவரிடம் பெரிய அலுவலகமோ பெரிய குழுவோ இல்லை, பெரிய மனிதர்களைத் தெரியாது, இந்தத் துறையில் அவருக்குப் பெரிய பின்னணியும் இல்லை, ஆனாலும் அவரால் கோடிக்கணக்கான மதிப்புக்குப் பொருட்களை விற்க இயன்றுள்ளது.

ரியான் சொல்வது உண்மையா என்று நமக்குத் தெரியாது. ஆனால், அமேசான் போன்ற டிஜிட்டல் தளங்களில் பொருட்களை, சேவைகளைப் பட்டியலிடுவதும் அவற்றின்மூலம

மேலும் அதிகப்பேருக்கு விற்பதும் ஒரு மிக நல்ல தொழில் உத்தி. இன்றைய தொழில்நுட்பத்தின் நன்மைகளை நாம் இதன்மூலம் நன்றாகப் பயன்படுத்திக்கொள்ளலாம்.

அதற்காக, நாம் மற்ற வழிகளை விட்டுவிடவேண்டியதில்லை. அவற்றோடு டிஜிட்டல் தளங்களையும் பயன்படுத்திக் கொள்வதுதான் அறிவார்ந்த செயல்.

எடுத்துக்காட்டாக, கைவினைப்பொருட்களைத் தயாரிக்கிற ஒருவர் சொந்தமாகக் கடை வைத்திருக்கலாம்; அங்கு வருகிறவர்களுக்குப் பொருட்களை விற்பனை செய்யலாம்; அத்துடன், அவர் அந்தப் பொருட்களை டிஜிட்டல் தளங்களிலும் பட்டியலிடலாம். இதன்மூலம், மற்ற பகுதிகளில், வெளியூர்களில், வெளிநாடுகளில் உள்ளவர்கள் அவருடைய பொருட்களை வாங்கும் வாய்ப்பு உண்டாகும்.

இன்னொருவருக்குக் கைவினைப்பொருட்களைத் தயாரிக்கத் தெரியாது. ஆனால், அவருக்குத் தெரிந்த ஓரிருவர் இவ்வகையான பொருட்களைத் தயாரிக்கிறார்கள். அவர்களுடைய பொருட்களை இவர் டிஜிட்டல் தளங்களில் பட்டியலிடுகிறார், ஆர்டர் வந்தபிறகு அவர்களிடம் வாங்கி விற்கிறார், அதன்மூலம் லாபம் பெறுகிறார்.

வேறு சிலர், வெளிநாட்டிலிருந்து மிகக்குறைந்த விலையில் பொருட்களை மொத்தமாக வாங்குகிறார்கள். அவற்றை அதிக விலைக்கு டிஜிட்டல் தளங்களில் விற்கிறார்கள்.

இன்னும் சிலரிடம் விற்பதற்குப் பொருள் ஏதுமில்லை; தங்களுடைய சொந்தத் திறமைகளையே இந்த டிஜிட்டல் தளங்களில் பட்டியலிடுகிறார்கள்; அதன்மூலம் உலகெங்கும் வாடிக்கையாளர்களைச் சேர்த்துக்கொள்கிறார்கள். இதற்கு எடுத்துக்காட்டாக, மொழிபெயர்ப்பாளர்கள், ஓவியர்கள், புத்தக வடிவமைப்பாளர்கள், அலுவலகப்பணி உதவியாளர்கள் போன்றோரைச் சொல்லலாம்.

சுருக்கமாகச் சொல்வதென்றால், டிஜிட்டல் தளங்களில் நம்முடைய பொருட்களை, சேவைகளைப் பட்டியலிடுவது

நமக்குப் புதிய வாசல்களைத் திறந்துவைக்கிறது. அதன்மூலம் விற்பனை வாய்ப்புகளைப் பெருக்குகிறது.

வெறுமனே பட்டியலிடுவதுடன் நிறுத்திவிடக்கூடாது. டிஜிட்டல் தளங்களில் போட்டி அதிகம். ஆகவே, நம்முடைய டிஜிட்டல் இருப்பைச் சந்தைப்படுத்தவேண்டும், அதாவது, மார்க்கெட்டிங் செய்யவேண்டும்.

இதற்காக நீங்கள் தனியே *MBA* படிக்கவேண்டியதில்லை. மார்க்கெட்டிங்கையும் இந்த டிஜிட்டல் தளங்கள் எளிமையாக்கிவிடுகின்றன. உங்களுடைய பொருட்கள், சேவைகள் அனைத்துக்கும் தனித்தனி இணைய இணைப்புகள் தரப்படும், அவற்றைத் தெரிந்தவர்களிடம் சொல்லலாம், விசிட்டிங் கார்டில் அச்சிடலாம், ஃபேஸ்புக், ட்விட்டர், வாட்ஸாப்பில் பதிப்பிக்கலாம், மின்னஞ்சல்மூலம் அனுப்பலாம், நம்முடைய வாடிக்கையாளர்களிடம், 'என்னுடைய பொருள் (அல்லது சேவை) உங்களுக்குப் பிடித்திருந்தால், இணையத்தில் என் பெயரைத் தேடி 5 நட்சத்திர மதிப்பெண் கொடுங்கள்' என்று கோரிக்கை வைக்கலாம், இப்படி இன்னும் பல வழிகள் இருக்கின்றன.

நீங்கள் விரும்பினால், இணைய விளம்பரங்கள் போன்ற *Paid Marketing* உத்திகளையும் பயன்படுத்திக்கொள்ளலாம். ஆனால், அதற்குத் தனியே பணம் செலவழிக்கவேண்டியிருக்கும். அது உங்களுக்கு வசதிப்படாது என்றாலும் பரவாயில்லை, நாள்தோறும் சுமார் 15நிமிடங்கள் மார்க்கெட்டிங்குக்கென்று செலவிட்டாலே போதும், படிப்படியாக நம்முடைய 'டிஜிட்டல் இமேஜ்' மேம்படுவதையும், அதனால், விற்பனை உயர்வதையும் காணலாம்.

ஆனால், டிஜிட்டல் தளங்களில் நம்முடைய பொருட்கள், சேவைகளைப் பட்டியலிட்டால் அவர்கள் கமிஷன் கேட்கிறார்களே, அது நமக்கு இழப்புதானே?

மேலோட்டமாகப் பார்த்தால், அது இழப்புதான். ஆனால், தங்களுடைய தளத்தில் நம்முடைய பொருட்களையோ சேவைகளையோ பட்டியலிட அனுமதிக்கிறவர்கள் பதிலுக்கு

நம்முடைய விற்பனையில் ஒரு பகுதியை எதிர்பார்ப்பது நியாயம்தானே? அதனால் ஏற்படக்கூடிய உடனடி இழப்பைக் கூடுதல் விற்பனையின்மூலம் ஈடுகட்டிவிடலாம்.

எடுத்துக்காட்டாக, ஒரு பொருளைத் தயாரிக்க நமக்கு 100ரூபாய் செலவாகிறது. கூடுதலாக 20ரூபாய் லாபம் வைத்து, 120ரூபாய்க்கு விற்கிறோம். அதன்மூலம் மாதத்துக்கு 50பொருட்கள் விற்பனையாகின்றன. 50x20=1000ரூபாய் லாபம் பெறுகிறோம்.

அதே பொருளை டிஜிட்டல் தளத்தில் பட்டியலிட்டால், அவர்களுக்கு 5ரூபாய் கமிஷன் தரவேண்டியிருக்கிறது என்று வைத்துக்கொள்வோம். ஆக, 120ரூபாய்க்கு விற்கும் பொருளுக்கு நமக்கு 115ரூபாய்தான் கிடைக்கிறது. 5ரூபாய் இழப்பு. ஆனால், அந்த டிஜிட்டல் தளத்தின்மூலம் நம்முடைய விற்பனை இருமடங்காகிறது என்றால், மாதத்துக்கு 100பொருட்கள் விற்பனையாகின்றன. 100x15=1500ரூபாய் லாபம் பெறுகிறோம். இது முன்பைவிட அதிகம்தானே? நாளைக்கே விற்பனை இன்னும் பலமடங்காக அதிகரித்தால், நமக்கும் லாபம், நம்மைப் பட்டியலிட அனுமதித்த டிஜிட்டல் தளத்துக்கும் லாபம்தானே?

ஒருவேளை, டிஜிட்டல் தளத்தால் விற்பனை அதிகரிக்கா விட்டால்? அவர்களுடைய கமிஷன் எதிர்பார்ப்புகள் அநியாயமாக இருந்தால்? அதன்மூலம் நமக்கு நஷ்டம் ஏற்பட்டால்? உடனே அந்தத் தளத்திலிருந்து வெளியே வந்துவிடுங்கள். வேறு தளங்களை அணுகுங்கள். ஒவ்வொன்றிலும் என்ன நன்மை, என்ன தீமை என்பதைக் கவனமாகக் கணக்கிட்டு, எது உங்களுக்கு அதிகபட்ச லாபத்தைத் தருகிறதோ அதில்மட்டும் இறங்குங்கள்.

நாளைய உலகில் வாடிக்கையாளர்கள் முற்றிலும் டிஜிட்டல் தளங்களைத்தான் சார்ந்திருக்கப்போகிறார்கள். ஆகவே, அவற்றை வெறுத்து ஒதுக்குவதைவிட, கவனத்துடன் சரியாகப் பயன்படுத்திக்கொள்வதுதான் நமக்கு நன்மை.

(டிசம்பர் 2019)

14. ஸ்டார்ட்டப் உலகம்

நண்பர் ஒருவரைச் சந்திப்பதற்காக அவருடைய அலுவலகத்துக்குச் சென்றிருந்தேன்.

அதிநவீன வசதிகளுடன் குளுகுளுவென்றிருந்த அந்த அலுவலகத்தில் சுமார் நூறு பேர் பணிபுரிகிறார்கள். அநேகமாக எல்லாரும் இளைஞர்கள். எங்கு பார்த்தாலும் சுறுசுறுப்புடனும் பரபரப்பாகவும் வேலை நடக்கிறது, அதேசமயம் விளையாட்டு, மகிழ்ச்சிக்கும் குறைவில்லை.

ஆனால், நீங்கள் நினைப்பதுபோல் இவர்கள் எல்லாரும் ஒரே நிறுவனத்தின் ஊழியர்கள் இல்லை. இந்த நூறு பேரும் கிட்டத் தட்ட என்பது வெவ்வேறு நிறுவனங்களைச் சேர்ந்தவர்கள்.

எடுத்துக்காட்டாக, என்னுடைய நண்பர்தான் அவருடைய நிறுவனத்தின் ஒரே ஊழியர்; அவருக்குப் பக்கத்து இருக்கையில் அமர்ந்திருக்கும் பெண் வேறொரு நிறுவனத்தில் பணிபுரிகிறார்; அடுத்த இருக்கையில் இருக்கிற இருவரும் ஒரே நிறுவனத்தைச் சேர்ந்தவர்கள்; ஆனால், அவர்களைத் தாண்டி அமர்ந்திருப்பவர் இன்னொரு நிறுவனத்தின் ஊழியர். இதேபோல், அந்த ஒற்றை அலுவலகத்துக்குள் ஏகப்பட்ட நிறுவனங்கள், ஒவ்வொன்றிலும் ஓரிரு ஊழியர்கள். இவர்கள்

எல்லாரும் அருகருகே அமர்ந்திருந்தாலும், ஆளுக்கோர் உலகைச் சேர்ந்தவர்கள்; ஒவ்வொருவரும் தங்களுடைய தனித்துவமான நோக்கங்களை மனத்தில் கொண்டு மும்முரமாக உழைத்துக்கொண்டிருக்கிறார்கள்.

இந்த ஊழியர்களில் பெரும்பாலானோர் முதலாளிகளும்கூட. அதாவது, தாங்களே தனியாக, அல்லது, ஓரிரு நண்பர்களுடன் சேர்ந்து தொடங்கிய நிறுவனத்தில் பணிபுரிகிறவர்கள்.

இவர்களெல்லாம் ஏதோ வேலை கிடைக்காமல், வேறுவழியில்லாமல் சொந்தத் தொழில் தொடங்கிவிட்டார்கள் என்று நினைத்துவிடாதீர்கள்; இவர்களில் பலர் பெரிய நிறுவனங்களில், பெரிய பொறுப்புகளில், மிக நல்ல சம்பளத்துக்கு வேலைசெய்துகொண்டிருந்தவர்கள்; அந்த வாழ்க்கை பிடிக்காமல், அல்லது, தங்களுக்குள் இருக்கும் கனவுக்கு முன்னுரிமை தரவேண்டும், உலகை மாற்றவேண்டும் என்ற எண்ணத்தினால் வெளியில் வந்து சொந்தமாக உழைக்கிறார்கள்.

பல நேரங்களில், இந்தத் தீர்மானத்தால் இவர்களுடைய சம்பளம் குறைந்துபோகிறது; வாழ்க்கைமுறையை மாற்றிக்கொண்டு, தேவைகளைக் குறைத்துக்கொண்டு வாழவேண்டியிருக்கிறது; ஒரு நாளைக்கு எட்டுமணிநேரம் என்ற கணக்கெல்லாம் காணாமல்போய், விழித்திருக்கும் நேரமெல்லாம் வேலை செய்யவேண்டியிருக்கிறது.

ஆனால், இதற்கெல்லாம் இவர்கள் சலித்துக்கொள்வதில்லை. ஏனெனில், மற்றவர்களைப்போல் யாரோ பிடித்துத் தள்ளிய வழியில், அல்லது, எல்லாரும் செல்கிற பாதையில் இவர்கள் செல்வதில்லை. தாங்களே விரும்பி இங்கு வந்திருக்கிறார்கள் என்பதால், எந்தத் தியாகத்துக்கும் தயாராக இருக்கிறார்கள். இப்போது கஷ்டப்பட்டு உழைத்தால், பின்னால் மிகப்பெரிய வெற்றி வரும் என்ற நம்பிக்கையுடன் வேலைசெய்கிறார்கள்.

இதுதான் ஸ்டார்ட்டப் உலகம். இங்குள்ளவர்கள் ஒவ்வொருவரும் வெவ்வேறு துறைகளை, வெவ்வேறு நிறுவனங்களை, வெவ்வேறுவிதமான பணிவகைகளைச் சேர்ந்தவர்களாக

தானா எழுதும் பேனா!

இருந்தாலும், வெவ்வேறு முயற்சிகளில் ஈடுபட்டிருந்தாலும், இவர்களையெல்லாம் இணைக்கும் பொதுப்புள்ளி: சொந்தமாக ஒன்றை உருவாக்கவேண்டும் என்கிற வெறிதான்.

அது சரி, ஸ்டார்ட்டப் நிறுவனம் என்றால் என்ன?

இந்தியாவில் பதிவுசெய்யப்பட்ட, தொடங்கிப் பத்து ஆண்டுகள் ஆகாத நிறுவனங்கள், ஆண்டுக்கு 100 கோடியையைவிடக் குறைவான வருவாய் கொண்ட, புதுமைச் சிந்தனைகளுடன் செயல்படுகிற நிறுவனங்கள், ஒரு துறையில் புரட்சியை உண்டாக்கக்கூடிய, வருங்காலத்தில் சிறந்த வேலை வாய்ப்புகளை உருவாக்கக்கூடிய சாத்தியமுள்ள நிறுவனங்களைதான் இந்திய அரசு 'ஸ்டார்ட்டப்' என்று அழைக்கிறது. இதுபோன்ற நிறுவனங்கள் உலகெங்கும் உள்ளன. இன்று நாம் வியப்புடன் பார்க்கிற ஃபேஸ்புக், கூகுள், மைக்ரோசாஃப்ட், ஊபர் உள்ளிட்ட பல நிறுவனங்களும் ஒருகாலத்தில் ஸ்டார்ட்டப்களாக இருந்து படிப்படியாக முன்னேறி வந்தவைதாம். அப்படி வளரவேண்டும் என்கிற கனவுடன்தான் இன்றைய ஸ்டார்ட்டப்கள் இயங்கிவருகின்றன. இன்றைய பொருளாதாரத்தை முன்னின்று வளர்ப்பவை, மக்களுடைய வாழ்க்கைமுறையில் பெரிய மாற்றங்களைக் கொண்டுவருகிறவை ஸ்டார்ட்டப்கள்தான்.

கணினி, மென்பொருள்துறையில்தான் ஸ்டார்ட்டப்கள் உள்ளன என்று பலரும் நினைக்கிறார்கள். ஆனால் உண்மையில், உற்பத்தித்துறை, நிதித்துறை, உணவுத்துறை, சுற்றுலாத்துறை, எழுத்துத்துறை, மொழிபெயர்ப்புத்துறை, மருத்துவத்துறை என்று அனைத்திலும் ஸ்டார்ட்டப் நிறுவனங்கள் உண்டு. பெரும்பாலும் அந்தந்தத் துறையில் பணியாற்றியவர்கள், ஒரு புதிய யோசனையோடு தனியே வந்து உழைக்கத் தொடங்கியவர்கள்தான் இந்த ஸ்டார்ட்டப்களை உண்டாக்குகிறார்கள். அநேகமாக எல்லாத் துறைகளிலும் உலகை மாற்றும் புதுமைச்சிந்தனைகள் இவர்களிடமிருந்துதான் வருகின்றன.

அதேபோல், ஸ்டார்ட்டப்கள் பெரிய நகரங்களில்தான் தொடங்கப்படவேண்டும் என்று எந்தக் கட்டாயமும் இல்லை.

இன்றைய தொழில்நுட்பம் உலகைச் சுருக்கிவிட்டது. எங்கு அமர்ந்தபடியும் நீங்கள் உலகுடன் தொடர்புகொள்ளலாம்; தொழிலை விரிவாக்கலாம்.

அதனால்தான், அரசாங்கங்கள் ஸ்டார்ட்டப்களை வெகுவாக ஊக்குவிக்கின்றன. குறைந்த முதலீட்டில் வீட்டிலிருந்து, அல்லது, எளிய அலுவலகங்களிலிருந்து தொடங்கப்படும் இந்த நிறுவனங்களைப் பதிவுசெய்வதில் தொடங்கி, வரிச்சலுகைகள், காப்புரிமை ஆலோசனைகள், சட்ட ஆலோசனைகள், திறன் பயிற்சிகள், இன்னும் பலப்பல உதவிகள் வழங்கப்படுகின்றன.

இன்னொரு பக்கம், ஸ்டார்ட்டப் நிறுவனங்களில் முதலீடு செய்வதற்காக மிகப்பெரிய நிறுவனங்கள், தனிநபர்களெல்லாம் வரிசையில் நிற்கிறார்கள். அவர்கள் எதிர்பார்ப்பதெல்லாம் ஒரு நல்ல யோசனை, தெளிவான செயல்திட்டம், திறமையுள்ள அணி. இவை சரியாக அமைந்துவிட்டால், கேட்ட முதலீட்டை அள்ளித்தருவதற்கும், கூடுதல் ஆலோசனைகளை வழங்கி முன்னேற்றுவதற்கும் அவர்கள் தயார்.

பதிலுக்கு இவர்களுக்கு என்ன கிடைக்கும்?

இந்த ஸ்டார்ட்டப் நிறுவனங்கள் சரியானபடி வெற்றிபெறத் தொடங்கிவிட்டால், அந்த வளர்ச்சி ஐந்து சதவிகிதம், ஏழு சதவிகிதம் என்றெல்லாம் இருக்காது; நூறு, இருநூறு, ஐந்நூறு சதவிகிதம் என்று அதிவிரைவாக எகிறும்; அப்போது, இந்த முதலீட்டாளர்கள் சரியான பணம் பார்த்துவிடுவார்கள். அதற்காகதான் இப்போதே நல்ல ஸ்டார்ட்டப்களில் பணத்தைப் போட்டுவிட்டுக் காத்திருக்கிறார்கள்.

ஆனால், எல்லா ஸ்டார்ட்டப்களும் இப்படி வெற்றியடைவதில்லை. பல மாதங்கள், அல்லது, சில ஆண்டுகள் கடினமாக உழைத்தபிறகு, எதிர்பார்த்த முன்னேற்றத்தைக் காண இயலாமல், அல்லது, போட்ட முதலீடு தீர்ந்துபோய், இன்னொரு முதலீட்டாளர் கிடைக்காமல், அல்லது, குடும்பச் சூழ்நிலை காரணமாகத் தங்களுடைய ஸ்டார்ட்டப்பை முடிவிட்டுப் பழைய வேலைக்கே திரும்புகிறவர்கள் உண்டு;

விடாமுயற்சியுடன் வேறொரு யோசனையோடு இன்னொரு ஸ்டார்ட்டப் தொடங்குபவர்களும் உண்டு.

இப்படி ஒன்று, இரண்டு, மூன்று என்று வரிசையாகப் பல ஸ்டார்ட்டப்களைத் தொடங்கி அதன்பிறகு வெற்றியடைந்த கதைகளெல்லாம் இங்கு சகஜம். ஒரே நேரத்தில் பல ஸ்டார்ட்டப்களைத் தொடங்குகிறவர்களும் இருக்கிறார்கள்; ஒருபக்கம் பெரிய நிறுவனமொன்றில் சம்பளத்துக்கு வேலைசெய்தபடி, இரவு நேரத்திலும் சனி, ஞாயிறுகளிலும் தங்களுடைய ஸ்டார்ட்டப்புக்காக உழைக்கிறவர்களும் இருக்கிறார்கள்.

இப்படி ஏராளமானோர் ஸ்டார்ட்டப்களால் கவரப்படுவதற்கு என்ன காரணம்?

பெரும்பாலானோர், நம்முடைய யோசனையை நாமே ஒரு நிறுவனமாக்கி, தயாரிப்பாக்கி, சேவையாக்கி வழங்கி வெற்றியடையச்செய்வதில் இருக்கிற பெருமிதத்துக்காக இங்கு வருகிறார்கள். இன்னும் சிலர், ஒருவரிடம் சம்பளத்துக்கு வேலைபார்க்கிறவராக இல்லாமல், பலருக்கு வேலைதருகிறவராக மாறவேண்டும், தங்கள் ஊரை, சமூகத்தை முன்னேற்றவேண்டும் என்ற எண்ணத்துடன் வருகிறார்கள்.

இன்னொருபக்கம், ஒருவேளை தங்களுடைய யோசனை க்ளிக் ஆகிவிட்டால் குவியப்போகும் பணம், புகழை எண்ணி வருகிறவர்களும் உண்டு. ஆனால், ஒப்பீட்டளவில் அவர்களுடைய எண்ணிக்கை மிகக் குறைவு.

ஸ்டார்ட்டப்கள் தரும் சுதந்தரம்தான் பலரை ஈர்க்கிறது. அதாவது, நினைத்த நேரத்தில், நினைத்தவிதத்தில் வேலைசெய்யலாம், தன்னுடைய நிறுவனத்தின்மீது முழுக்கட்டுப்பாட்டைச் செலுத்தலாம், எண்ணியதை எண்ணியபடி செயல்படுத்தலாம்.

யாரெல்லாம் ஸ்டார்ட்டப் தொடங்கலாம்?

ஆர்வமுள்ளவர்கள் யாரும் ஸ்டார்ட்டப் தொடங்கலாம். அதற்குத் தேவையான ஒரே விஷயம், ஒரு நல்ல யோசனைதான்.

உங்கள் துறையைப் புரட்டிப்போடக்கூடிய ஒரு சிறந்த சிந்தனை உங்களிடம் இருந்தால், அதை நனவாக்குவதற்கு ஏற்ற தொழிற்சூழலும் வாய்ப்புகளும் இன்றைக்கு உள்ளன!

பெரும்பாலான ஸ்டார்ட்டப்களுக்கு ஆரம்ப முதலீடு மிகக்குறைவு. நம்முடைய நேரத்தையும் உழைப்பையும் தருவதற்குத் தயாராக இருந்தால் போதும்; அரசு தரும் வசதிகளைப் பயன்படுத்திக்கொண்டு வேலையைத் தொடங்கலாம்; அதைக் காட்டி முதலீட்டாளர்களை அணுகலாம், தொழிலை விரிவுபடுத்தலாம். குறுகிய சிந்தனை இல்லாமல், உடனடி லாபத்துக்காக ஏங்காமல் தொலைநோக்குடன் உழைத்தால் மிகப்பெரிய அளவில் வெல்லலாம், நாட்டின் வளர்ச்சிக்குத் துணைபுரியலாம்.

(நவம்பர் 2019)

15. வீட்டுக்குள் எட்டிப்பார்க்கும் விஷமச் செயலிகள்

ஒரு பெரிய ஐந்து நட்சத்திர விடுதிக்குச் செல்கிறோம். வரவேற்பறையில், உணவகத்தில், புல்வெளிகளில் என எங்குபார்த்தாலும் சிசிடிவி கேமெராக்களைப் பொருத்தியிருக்கிறார்கள். 'எல்லாம் நம்ம பாதுகாப்புக்காகதான்' என்று பெருமையோடு நினைத்துக்கொள்கிறோம்.

சிறிதுநேரத்தில், நம்முடைய அறைக்குச் செல்கிறோம். கதவைச் சாத்திவிட்டு உள்ளே நுழைந்ததும், அங்கே ஒரு கேமெரா நம்மை வரவேற்றால் எப்படியிருக்கும்!

உடனே சினத்துடன் வரவேற்பறைக்கு ஓடமாட்டோமா? 'என்னய்யா ஹோட்டல் நடத்தறீங்க? ரூமுக்குள்ள கேமெரா வெச்சிருக்கீங்க? எங்க ப்ரைவஸி என்ன ஆகறது?' என்று வானத்துக்கும் பூமிக்கும் குதிக்கமாட்டோமா?

கிட்டத்தட்ட அதேமாதிரியான சில ஆபத்துகள் நம் ஒவ்வொருவருடைய வீட்டுக்குள்ளும் சத்தமில்லாமல் நுழைந்து கொண்டிருக்கின்றன. நாமும் அந்த ஆபத்துகளை உணராமல் அவற்றை மௌனமாக ஏற்றுக்கொண்டிருக்கிறோம்.

அந்த ஆபத்துகளின் பெயர், இணையத்துடன் இணைந்த "ஸ்மார்ட்" கருவிகள்.

ஸ்மார்ட் ஃபோன், மடிக்கணினி(லாப்டாப்), ஸ்மார்ட் டிவிபோன்ற எலக்ட்ரானிக் கருவிகளை இன்று நாம் மிக இயல்பாகப் பயன்படுத்துகிறோம்; ஸ்மார்ட் அழைப்புமணிகள்/பூட்டுகள், ஸ்மார்ட் அடுப்புகள், ஸ்மார்ட் ரெஃப்ரிஜிரேட்டர்கள் என இன்னும் பல கருவிகளும் அறிமுகமாகிக்கொண்டிருக்கின்றன, பரவலாகிக்கொண்டிருக்கின்றன, இன்னும் வரப்போகின்றன.

இதுபோன்ற கருவிகள் நம்முடைய வாழ்க்கையை எளிமையாக்கியிருக்கின்றன, உலகத்துடன் நம்மை இணைத்திருக்கின்றன, சிரமமில்லாத பொழுதுபோக்கைத் தருகின்றன, தனிப்பட்ட பயன்பாட்டுக்கும் பணி, தொழில்சார்ந்த பயன்பாட்டுக்கும் மிகவும் உதவியாக இருக்கின்றன என்பதெல்லாம் உண்மைதான். அதேசமயம், சில தவறான நபர்கள் அவற்றைப் பயன்படுத்தி நம்முடைய வீடுகளுக்குள் ஊடுருவ இயலும் என்பதும் உண்மை.

எடுத்துக்காட்டாக, ஒரு வீட்டின் கூடத்தில் ஸ்மார்ட் டிவி பொருத்தப்பட்டிருக்கிறது. அதில் பல 'அப்ளிகேஷன்'கள் நிறுவப்பட்டிருக்கின்றன. இந்தச் செயலிகளால், அதாவது, இந்தச் செயலிகளை எழுதியவர்களால் எங்கோ இருந்தபடி இணையம்வழியாக அந்த ஸ்மார்ட் டிவியின் ஒலிவாங்கி(மைக்), கேமெரா போன்றவற்றைக் கட்டுப்படுத்த இயலும். ஒருவேளை, அந்தத் தொலைக்காட்சியில் உள்ள ஏதாவது ஒரு விஷமச் செயலி இந்த வசதியைப் பயன்படுத்தி அந்த வீட்டிலுள்ளவர்களுடைய பேச்சுகளை, அந்தரங்கமான நடவடிக்கைகளைப் பதிவுசெய்து எங்கேனும் அனுப்பிவிட்டால்?

'அப்ளிகேஷன் எழுதறவங்களுக்கு வேற வேலை இல்லையா? நம்ம வீட்டைத்தான் அவன் எட்டிப்பார்க்கப்போறானா?' என்று அலட்சியமாக நினைக்கவேண்டாம். இன்றைய மென்பொருள் துறை மிகவும் முன்னேறிவிட்டது, ஒலித்துணுக்குகளை, ஒளிக்காட்சிகளை நுணுக்கமாக ஆராய்கிற வசதிகள் வந்துவிட்டன, இவற்றின்மூலம் ஒவ்வொரு வீட்டிலும்

தானா எழுதும் பேனா!

ஒவ்வொரு நிமிடமும் நடக்கிற விஷயங்களை ஆராய்ந்துபார்த்து வேண்டியதைமட்டும் எடுத்துக்கொள்வது சாத்தியம்தான்.

எடுத்துக்காட்டாக, ஓர் அறையில் பலர் உள்ளார்களா, இருவர் மட்டும் உள்ளார்களா, அந்த இருவர் ஆண், பெண்ணா, அவர்கள் என்ன ஆடை உடுத்தியுள்ளார்கள், அல்லது, உடுத்தவில்லை, எந்த அளவு அருகில் உள்ளார்கள், என்ன நிலையில் உள்ளார்கள், அதற்கு என்ன பொருள் என்பதையெல்லாம் மென்பொருளுக்குச் சொல்லித்தரலாம். அவர்கள் ஒரு குறிப்பிட்ட நிலையில் இருக்கும்போதுமட்டும் அந்தக் காட்சியைப் பதிவுசெய்து தனக்கு அனுப்பும்படி நிரல் எழுதலாம்.

இவையெல்லாம் சட்டவிரோதமான செயல்கள் என்பதில் ஐயமில்லை. ஸ்மார்ட் கருவிகளைத் தயாரிக்கும் நிறுவனங்கள் இதுபோன்ற செயல்பாடுகளைக் கண்டறிந்து தடுப்பதற்குப் பல நடவடிக்கைகளை எடுத்துவருகின்றன. ஆனால், காவல்காரரை விடத் திருடர்கள் அதிக வேகத்துடன் செயல்படுகிற உலகம் இது. அதனால்தான் உலகெங்கும் ஸ்மார்ட் கருவிகளின்மூலம் தங்களுடைய தனியுரிமை பாதிக்கப்பட்டதாகவும் அந்தரங்கப் பேச்சுகள், காட்சிகள் திருடப்பட்டதாகவும் குற்றச்சாட்டுகள் எழுந்துகொண்டிருக்கின்றன.

சில ஆண்டுகளுக்கு முன்னால், ஃபேஸ்புக் நிறுவனர் மார்க் ஜக்கர்பெர்க் தன்னுடைய லாப்டாப்பிலிருக்கும் கேமெராவின்மீதும் மைக்கின்மீதும் ஒரு டேப்பை ஒட்டி மறைத்திருப்பது தெரியவந்தது.

அங்கே ஏன் டேப்பை ஒட்டவேண்டும்? லாப்டாப்பிலேயே கேமெரா, மைக்கை அணைத்துவைக்கிற வசதி இருக்குமே, அது மார்க் ஜக்கர்பெர்குக்குத் தெரியாதா?

கண்டிப்பாகத் தெரியும். ஆனால், என்னதான் அணைத்து வைத்தாலும் ஒரு குறும்பு மென்பொருள் அதை இயக்கிவிடக்கூடும் என்பதும் அவருக்குத் தெரியும். அதனால்தான் எச்சரிக்கையாக அங்கு ஒரு டேப்பை ஒட்டியிருக்கிறார். இனி அவராக விரும்பி

அந்த டேப்பை அகற்றினாலன்றி யாராலும் அவருடைய அலுவலகத்தையோ வீட்டையோ எட்டிப்பார்க்க இயலாது.

இந்தத் துறையில் கொடிகட்டிப் பறக்கும் மார்க் ஜக்கர்பெர்க் போன்றவர்களே இந்த விஷயத்தில் இந்த அளவுக்கு எச்சரிக்கையுடன் இருக்கிறார்கள் என்றால், பிரச்னை மிகப்பெரியது என்பதைப் புரிந்துகொள்ளலாம்; நாமும் கூடுதல் எச்சரிக்கையுடன் இருந்து நம்மைப் பாதுகாத்துக்கொள்ளலாம்.

என்ன செய்யலாம்?

மார்க் ஜக்கர்பெர்க்போல் நாமும் டேப்பைத் தேடி ஓடவேண்டியதில்லை. இப்போதெல்லாம் லாப்டாப், மொபைல் ஃபோன், ஸ்மார்ட் டிவியில் உள்ள கேமெராவுக்கான அழகான மூடிகள் (webcam stickers) கிடைக்கின்றன. அவற்றை வாங்கி ஒட்டிவிட்டால், கேமெராவை வேண்டியபோது திறந்து பயன்படுத்தலாம், மற்ற நேரத்தில் மூடிவைக்கலாம்.

அதேபோல், ஸ்மார்ட் கருவிகளை எந்நேரமும் இயக்கத்தில் வைத்திருக்கவேண்டும், எப்போதும் இணையத்துடன் இணைத்திருக்கவேண்டும் என்று அவசியமே இல்லை. ஸ்மார்ட் டிவி, WiFi இணையத்தை வழங்கும் Router போன்றவற்றைத் தேவையில்லாதபோது அணைத்துவிடலாம்.

நம்முடைய ஸ்மார்ட் கருவிகளில் புதிய செயலிகளை நிறுவுவதற்குமுன்னால் மிகுந்த கவனம் தேவை. இலவசமாகக் கிடைக்கிறது என்பதற்காகக் கண்ட செயலிகளை நிறுவவேண்டாம், அதிகப் பேர் தரவிறக்கியிருக்கிற, நல்ல விமர்சனங்கள், மதிப்பெண்களைப் பெற்ற செயலிகளைமட்டும் நிறுவலாம்.

எந்தச் செயலியை நிறுவினாலும், அது எந்தெந்தப் பயன்பாட்டுக்கு அனுமதி கோருகிறது என்பதைக் கவனிக்கவேண்டும். அவசியம் இருந்தாலன்றி எந்தச் செயலிக்கும் மைக், கேமெரா அனுமதியைத் தரக்கூடாது.

பெரும்பாலான ஸ்மார்ட் கருவிகளில் நாம் இருக்கும் இடத்தைச் சுட்டிக்காட்டுகிற Location வசதி இருக்கும். அதைப் பயன்படுத்திச்

செயலிகள் நம்முடைய நடவடிக்கைகளை மிகத் துல்லியமாக ஆராய்கிற சாத்தியங்கள் உண்டு. ஆகவே, இந்த வசதியையும் தேவையில்லாதபோது அணைத்துவிடுவது நல்லது.

நம்முடைய ஸ்மார்ட் கருவிகளுடைய பாதுகாப்பை மேம்படுத்துவதற்கான *Security Patch*களை உற்பத்தியாளர்கள் அவ்வப்போது வெளியிடுவார்கள். அவற்றை உடனுக்குடன் நிறுவிக்கொள்ளவேண்டும். அதன்மூலம் ஏதாவது புதிய பிரச்னைகள் தெரியவந்தால், சம்பந்தப்பட்ட செயலிகளை உடனே அகற்றிவிடவேண்டும்.

குறிப்பாக, படுக்கையறைக்குள் ஸ்மார்ட் கருவிகள் வேண்டாம் என்று மருத்துவ வல்லுனர்கள் ஒரே குரலில் சொல்கிறார்கள். அந்தரங்கத்தைப் பாதுகாப்பதற்கு மட்டுமில்லை, நல்ல தூக்கத்துக்கும் இந்தக் கட்டுப்பாடு அவசியம்!

(செப்டம்பர் 2019)

86

16. காலி ஓடை

ஒரு நாளைக்கு மூன்று வேளை ஃபாஸ்ட்ஃபுட் எனப்படும் விரைவுணவுகளைச் சாப்பிடுவீர்களா? நான்கு வேளை? ஐந்து வேளை? நாள்முழுக்க?

விரைவுணவை விரும்பி உண்கிறவர்களால்கூட அது இயலாது. காரணம், நம் உடலுக்குத் தீங்கு விளைவிக்காத நல்ல உணவைதான் இயன்றவரை அதிகம் சாப்பிடவேண்டும், இல்லாவிட்டால் பல மோசமான பின்விளைவுகள் வரக்கூடும் என்று அநேகமாக எல்லாருக்கும் தெரிந்திருக்கிறது.

ஆனால், கிட்டத்தட்ட அதேபோன்றதோர் ஆபத்து நம் நேரத்துக்கு நிகழ்ந்துகொண்டிருக்கிறது. அதை நாம் உணர்வதில்லை. பின்விளைவுகளைப்பற்றிச் சிந்திக்காமல் நாள்முழுக்க எந்நேரமும் ஃபாஸ்ட்ஃபுட்டைச் சாப்பிட்டுக்கொண்டிருக்கிறோம்.

இங்கு ஃபாஸ்ட்ஃபுட் என்பது பர்கரோ ஃப்ரெஞ்ச் ஃப்ரைஸோ இல்லை, ஃபேஸ்புக்கிலும் ட்விட்டரிலும் வாட்ஸாப்பிலும் நம்முடைய நேரத்தை வீணடிக்கிற விஷயங்களைதான் அப்படிக் குறிப்பிடுகிறேன். எடுத்துக்காட்டாக, நாள்முழுக்க எதிர்மறையான விஷயங்களையோ தேவையற்ற கிசுகிசுக்களையோ

பேசிக்கொண்டிருக்கிற நபர்கள், பொருளற்ற விவாதங்கள், வதந்திகள், அடுத்தவர்களுடைய அந்தரங்கங்களுக்குள் மூக்கை நுழைக்கின்ற வீடியோக்கள், அவதூறுகள் போன்றவை நம்முடைய நேரத்தை எடுத்துக்கொள்கின்றன, ஆனால், பதிலுக்குப் பயனுள்ள எதையும் நமக்குத் தருவதில்லை.

சிலர் அவ்வப்போது ஓய்வெடுப்பதற்காக, அதாவது, மனத்தைத் தளர்வாக்கிக்கொள்வதற்காகச் சமூக ஊடகங்களுக்கு வருகிறார்கள். அவர்களுக்கு இதுபோன்ற வாசிப்புகள் சுகமாக இருக்கலாம். ஆனால், எந்நேரமும் அதையே வாசித்துக்கொண்டிருக்கிறவர்கள் கீழ்நோக்கிய சுழலொன்றில் சிக்கிக்கொள்கிறார்கள்.

இன்றைய டிஜிட்டல் உலகத்தில், அறிவு, ஆளுமை, பழக்கவழக்கங்கள், இன்னும் பலவற்றையும் நாம் வாசிக்கிற/ பார்க்கிற விஷயங்கள்தான் தீர்மானிக்கின்றன. அதாவது, நாம் எதை அதிகமாக நுகர்கிறோமோ, அதுவாகவே ஆகிவிடுகிறோம்.

சமூக ஊடகங்களில் நாம் காண்கிற பதிவுகளின் தொகுப்பை 'Feed' என்பார்கள், இதைத் தமிழில் 'ஓடை' என்று மொழிபெயர்க்கிறார்கள். ஒவ்வொருவரும் யார் யாரை, எந்தமாதிரி விஷயங்களைப் பின்பற்றுகிறார்கள் என்பதைப் பொறுத்து இந்த ஓடைகள் மாறும், ஒருவருடைய ஓடையைப்போல் இன்னொருவருடையது இருக்காது.

இந்த டிஜிட்டல் ஓடைகளை நாம்தான் பத்திரமாகக் காக்கவேண்டும். தரமான நீர்மட்டும் அதில் வந்து சேரும்படி பார்த்துக்கொள்ளவேண்டும். அதாவது, சரியான நபர்கள், குழுக்கள், இணையதளங்கள், யூட்யூப் சானல்கள், வலைப்பதிவாளர்களுடைய படைப்புகள் மட்டும்தான் நம் ஓடையில் வந்து கலக்கவேண்டும். அந்த ஓடைக்கு மாசு உண்டாக்குகிற அனைத்திலிருந்து விலகிவிடவேண்டும். இதனால் ஏகப்பட்ட நேரமும் ஆற்றலும் மிச்சமாகும், நல்ல விஷயங்களைப் படிக்கலாம், செய்யலாம். சில ஆண்டுகளுக்கு முன்னால், நான் ஃபேஸ்புக், ட்விட்டர் பதிவுகளை வாசிப்பதில் நிறைய நேரத்தை வீணடித்துக்கொண்டிருப்பதைக் கவனித்தேன். அது

ஏன் என்று ஆராய்ந்தபோது, அங்கு எழுதும் மற்றவர்கள்தான் என்னுடைய நேரத்தைக் கட்டுப்படுத்துகிறார்கள் என்று புரிந்துகொண்டேன்: அவர்கள் நாள்முழுக்கக் கண்ட நேரத்தில் சுவையான(?) விஷயங்களை எழுதிக் குவிக்கிறார்கள், நான் உடனடியாக அவற்றை வாசிக்க விரும்புகிறேன், அப்போது என்ன வேலை செய்துகொண்டிருந்தாலும் அதை அப்படியே விட்டுவிட்டுப் படிக்க ஓடுகிறேன். இதனால் என்னுடைய நேரமும் வீணாகிறது, உருப்படியான வேலைகளும் குறைகின்றன, இதைச் சரிசெய்ய நான் ஏதாவது செய்யவேண்டும் என்று உணர்ந்தேன்.

இந்தப் பிரச்னைக்கு நான் கண்டறிந்த தீர்வு, ஃபேஸ்புக், ட்விட்டரில் நான் பின்தொடர்கிற எல்லாரிடமிருந்தும் விலகிவிடுவது (Unsubscribe). இதற்குப் பல மணிநேரம் ஆனது, அதன்பிறகு, என்னுடைய ஓடை வறண்டுபோனது.

அன்று தொடங்கி, நான் ஃபேஸ்புக், ட்விட்டருக்கு வரும்போதெல்லாம் வாசிக்க எதுவும் இருக்காது. அதனால், நான் யார் எழுதுவதையும் படிப்பதில்லை, யாருடனும் விவாதிப்பதில்லை. எந்தக் குறுக்கீடும் இல்லாமல், நான் எழுத நினைக்கும் விஷயங்களைச் சுதந்திரமாக எழுத இயன்றது.

ஆனால், ஃபேஸ்புக், ட்விட்டரில் சிலர் சிறப்பாக எழுதுகிறார்களே. அவற்றையெல்லாம் படிக்காமலிருந்தால் எனக்குதானே இழப்பு?

இதற்காக, எனக்குப் பிடித்த ஃபேஸ்புக், ட்விட்டர் பதிவாளர்களுடைய பக்கத்துக்கு நான் அவ்வப்போது செல்லத்தொடங்கினேன். அவர்கள் கடந்த சில நாட்களாக எழுதியவற்றை ஒரே நேரத்தில் வாசிக்கத்தொடங்கினேன்.

இதன் பொருள், என்னுடைய ஓடை காலியாக இருந்தாலும், எனக்கு வேண்டியபோது நல்ல நீரை நானே தேடிச் சென்று குடிக்கிறேன், தாகம் தீர்ந்துவிடுகிறது, குறைந்த நேர முதலீட்டில் நிறைய நல்ல விஷயங்களைத் தெரிந்துகொள்ள இயலுகிறது. இப்போதும் நான் யாரையும் பின்தொடர்வதில்லை. இந்த

நல்ல பதிவாளர்கள் என்னதான் சிறப்பான விஷயங்களை எழுதினாலும், அதை அவர்களால் என்னுடைய ஓடைக்கு அனுப்ப இயலாது, என்னுடைய அந்த நேர வேலைக்குத் தொந்தரவு உண்டாக்க இயலாது, நான் எதை வாசிப்பேன், எப்போது வாசிப்பேன் என்பதை நான்தான் தீர்மானிப்பேன்.

இந்தக் காலி ஓடை (Zero-Feed) உத்தியைப் பல மாதங்கள் பின்பற்றிப்பார்த்தபிறகு, சமூக ஊடகங்களில் சிக்கியிருக்கிற ஒவ்வொருவரும் தனக்குச் செய்துகொள்ளக்கூடிய மிகச்சிறந்த நன்மை இதுதான் என்று நினைக்கிறேன்:

1. பின்தொடர்கிற எல்லாரையும் *Unsubscribe* செய்து ஓடையைக் காலியாக்குவது

2. நாம் எதற்காகச் சமூக ஊடகங்களுக்கு வருகிறோம் என்ற விருப்பம், நோக்கத்தின் அடிப்படையில் சரியான நபர்களைமட்டும் (அப்படி யாராவது இருந்தால்) பின்தொடர்வது

3. எல்லாரையும் பின்பற்றவேண்டும்/கொஞ்சம் சுவையாகத் தோன்றுகிற ஒவ்வொரு குழுவிலும் சேர்ந்துவிடவேண்டும் என்ற துடிப்பைக் கட்டுப்படுத்திக்கொள்வது

சுருக்கமாகச் சொன்னால், நம்முடைய ஓடையில் எப்போதும் நல்ல நீர் ஓடவேண்டும். நாம் என்ன வாசிக்கிறோம்/பார்க்கிறோம்/சிந்திக்கிறோம், அதை எப்போது செய்கிறோம் என்பதைப் பிறர் தீர்மானிக்கும்படி விட்டுவிடக்கூடாது.

முயன்றுபாருங்கள், இதனால் கிடைக்கப்போகும் கூடுதல் நேரத்தை, கவனத்தை அனுபவியுங்கள்!

(பின்குறிப்பு: சிலர் பிறருடன் நல்ல தொடர்புகளை உண்டாக்கிக்கொள்வதற்காகவே சமூக ஊடகங்களுக்கு வருகிறார்கள். அவர்களுடைய நோக்கம், பலருடன் பேசிப் பழகித் தங்களுடைய தனிப்பட்ட/தொழில் வலைப்பின்னலை விரிவாக்குவது. அப்படிப்பட்டவர்களுக்கு இந்த உத்தி பயன்படாது.)

(ஆகஸ்ட் 2019)

17. கல்லூரிக்குள் பிறக்கும் கம்பெனிகள்

மைமக்ரோசாஃப்ட், கூகுள், ஃபேஸ்புக், யாஹூ, டெல், டிராப்பாக்ஸ், ஸ்னாப்சாட், வேர்ட்ப்ரஸ்... இந்த நிறுவனங்கள் அனைத்துக்குமிடையே ஓர் ஒற்றுமை உண்டு; அது என்ன என்று தெரிகிறதா?

உலக அளவில் பெரிய, மிகப்பெரிய தாக்கத்தை உண்டாக்கிய, உண்டாக்கிக்கொண்டிருக்கிற இந்த நிறுவனங்கள் அனைத்தும், வெவ்வேறு கல்லூரிகளில் தொடங்கப்பட்டவை. அதாவது, கல்லூரியில் படித்துக்கொண்டிருந்த மாணவர்களால் தொடங்கப்பட்டவை.

நமக்கெல்லாம் இதைக் கற்பனை செய்துபார்ப்பதே சிரமம்; 'மாணவர்களுடைய வேலை படிப்பதுதானே? அவர்கள் ஏன் நிறுவனங்களைத் தொடங்கவேண்டும்?' என்று குழம்புவோம்.

இந்தக் குழப்பத்துக்குக் காரணம், நம்முடைய கலாசாரத்தில் படிப்பது, வேலைக்குப்போய்ச் சம்பாதிப்பது என்கிற இரண்டு தெளிவான படிநிலைகள் வரையறுக்கப்பட்டிருக்கின்றன. அவை இரண்டுக்கும் நடுவில் ஒரு தடிமனான கோடு இருக்கிறது.

ஒருவர் படிக்கிறார், அதன்பிறகு, அந்தக் கோட்டைத் தாண்டி மறுபக்கம் சென்று வேலைசெய்கிறார்.

மற்ற பல கலாசாரங்களில், அந்தக் கோடு மிக மெல்லியதாக உள்ளது; அல்லது, அப்படியொரு கோடே இல்லை. அதாவது, படிப்பது, அதன்பிறகு வேலைக்குப்போவது, சம்பாதிப்பது என்று படிநிலைகளெல்லாம் அமைத்துக்கொள்ளாமல், படிக்கும்போதே வேலைக்குப்போகிறார்கள்; அதில் கிடைக்கும் சம்பளத்தை வைத்துத் தங்களுடைய கல்விக்கட்டணத்தை, மற்ற செலவுகளைச் சமாளிக்கிறார்கள்.

இதன் நீட்சியாக, படித்துக்கொண்டிருக்கும் ஒருவருக்கு நல்ல யோசனையொன்று தோன்றினால், 'நம் வேலை படிப்பதுதானே? இதில் நாம் ஏன் ஈடுபடவேண்டும்?' என்று அவர் யோசிப்பதே இல்லை. 'முயன்றுபார்த்துவிடுவோமே' என்று களத்தில் இறங்கிவிடுகிறார்.

ஒருவேளை, அந்த முயற்சி வெற்றிபெற்றால், மிகவும் மகிழ்ச்சி. மேலே நாம் பார்த்ததுபோல் கல்லூரிகளில் தொடங்கிப் பெரிய அளவில் வெற்றிபெற்ற தொழில்நிறுவனங்கள் நூற்றுக்கணக்கில், ஆயிரக்கணக்கில் இருக்கின்றன; இவை அனைத்தும் ஆர்வமும் துடிப்பும் உழைப்பும் விடாமுயற்சியும் கொண்ட மாணவர்களுடைய வெற்றிக்கதைகள்.

இன்னொருபக்கம், கல்லூரியில் தொடங்கப்பட்டுத் தோல்வியடைந்த நிறுவனங்களும் லட்சக்கணக்கில் இருக்கும். அவற்றின் கதை வெளியில் பேசப்படுவதில்லை.

அதேசமயம், அவற்றை முழுமையான தோல்விகளாக எண்ணவேண்டியதும் இல்லை; படிப்புக்கிடையில் இப்படியொரு முயற்சியைச் செய்கிறார்கள்; வென்றால் மகிழ்கிறார்கள்; தோற்றால் அதிலிருந்து பாடம் கற்றுக்கொண்டு, அடுத்தமுறை இன்னும் சிறப்பாகச் செயல்படுகிறார்கள். அவ்வளவுதான்.

ஆகவே, கல்லூரி நாட்களை வெறுமனே பாடம் படிப்பதற்கானவை என்று நினைத்துக்கொள்ளாமல், பணி, தொழில்சார்ந்த முயற்சிகளில் ஈடுபடுவது பலவிதங்களில்

நன்மை தருகிறது. இதன்மூலம் கிடைக்கும் அனுபவம் புத்தகப் படிப்பைப்போல் பலமடங்கு சொல்லித்தருகிறது.

மேலை நாடுகளில் மிக இயல்பாகப் பார்க்கப்படும் இந்த விஷயம், இப்போதுதான் நம் நாட்டிலும் பிற வளரும் நாடுகளிலும் நுழையத்தொடங்கியிருக்கிறது. 'Student Entrepreneurs' எனப்படும் மாணவத் தொழில்முனைவோரைக் கல்லூரிகள், தொழில்துறை அமைப்புகள் ஊக்குவிக்கின்றன. இதற்குப் பல காரணங்கள் உண்டு:

1. மாணவர்கள்தான் வருங்காலத்தில் பல தயாரிப்புகளை, சேவைகளைப் பயன்படுத்திக்கொள்ளப்போகும் நுகர்வோர்கள். அவர்களுக்கு என்ன தேவை என்பதைப் பெரிய நிறுவனங்களில் உட்கார்ந்திருப்பவர்களால் சரியாக அடையாளம் காண இயலாது; தங்களுக்கு வேண்டியதை அவர்களே தயாரிக்கத்தொடங்கினால், சந்தைக்கு ஏற்ற தயாரிப்புகள், சேவைகள் அறிமுகமாகும்; அவை வெற்றிபெறுவதற்கான சாத்தியங்கள் அதிகரிக்கும்

2. கல்லூரிகளிலிருந்து பெரும் எண்ணிக்கையிலான நிறுவனங்கள் உருவாகத்தொடங்கினால், புதிய வேலைவாய்ப்புகள் உருவாகும்

3. மாணவர்களிடம் ஆர்வமும் உழைப்பும் பெரிய அளவில் இருக்கும்; ஒரு புதிய யோசனையை முழுமையான தயாரிப்பாக மாற்றுவதற்கு இது பயன்படும்

4. கல்விக்கும் எதார்த்த வாழ்க்கைக்கும் நடுவிலுள்ள இடைவெளியைக் குறைப்பதற்கு இதுபோன்ற முயற்சிகள் உதவும். இதன்மூலம் கிடைக்கும் சிறிய வெற்றிகள்கூட, அந்த மாணவர்களுடைய கல்வியை ஆழமாக்கும், தன்னம்பிக்கையை அதிகரிக்கும்

இந்தப் போக்கைப் பயன்படுத்திக்கொள்வதற்கு இந்திய மாணவர்கள் என்ன செய்யலாம்?

முதலில், படிப்பு என்பது பாடத்திட்டத்துக்குள், புத்தகங்களுக்குள் உள்ளது என்ற எண்ணத்திலிருந்து வெளியேறவேண்டும்.

தாங்கள் எந்தத் துறையில் படிக்கிறோமோ அந்தத் துறையில் என்னென்ன நடக்கிறது என்பதைக் கூர்ந்து கவனிக்கவேண்டும்; அங்கே உள்ள பிரச்னைகளைத் தன்னால் தீர்க்க இயலுமா என்று யோசிக்கவேண்டும்.

அடுத்து, அநேகமாக எல்லாக் கல்லூரிப் படிப்புகளிலும் 'ப்ராஜெக்ட் வொர்க்' எனப்படும் செயல்திட்டப் பணி இருக்கும். அதைச் சும்மா பெயருக்குச் செய்யாமல், வெளியுலகில் வெற்றிபெறுவதற்கான நுழைவுச்சீட்டாக எண்ணலாம். அதாவது, உண்மையிலேயே எல்லாருக்கும் தேவைப்படுகிற ஒரு விஷயத்தை உருவாக்க முனையலாம். இதன்மூலம் அந்த மாணவர்களுக்கு நல்ல மதிப்பெண்களும் கிடைக்கும்; அந்தத் திட்டத்தை ஒர் உண்மையான நிறுவனமாக மாற்றும் வாய்ப்பும் அமையும்.

கல்லூரியில் இருக்கும்போதே தொழில்முனைவுபற்றிய விஷயங்களைத் தெரிந்துகொள்ளலாம். எடுத்துக்காட்டாக, நம்மிடம் உள்ள ஒரு யோசனையை முதலீட்டாளர்களிடம் (அல்லது, ஒரு வங்கியிடம்) முன்வைப்பது, முதலீடு/கடன் பெறுவது, அதைத் திரும்பச்செலுத்துவது, கிடைத்திருக்கும் பணத்தைச் சிறப்பாகப் பயன்படுத்திக்கொள்வது, சரியான நண்பர்களை ஒன்றுதிரட்டித் தொழிலின் பல்வேறு அம்சங்களைக் கவனித்துக்கொள்வது, பிரச்னைகள், நெருக்கடிகளைச் சமாளிப்பது, தங்கள் தயாரிப்புகளைப் பயனாளர்களுக்குக் கொண்டுசெல்வது, அவர்களுடைய கருத்துகளின் அடிப்படையில் முயற்சிகளை மேம்படுத்துவது, லாப, நஷ்டக் கணக்குகள், சர்வதேசச் சந்தைக்குத் தயாராவது, தங்களுக்கு வழிகாட்டக்கூடிய அனுபவமிக்க வல்லுநர்களை அடையாளம் காண்பது... இவை அனைத்தும் மாணவர்களுக்கு என்றென்றும் பயன்படக்கூடிய பாடங்கள்.

படிப்பைக் கவனித்தபடி இவை அனைத்தையும் செய்வது சவால்தான். ஆனால், அந்த அடித்தளம் பின்னாளில் அவர்களுக்குப் பெரிய உதவியாக அமையும்.

இப்படிச் சிரமப்பட்டுச் செய்யும் தொழில்கள் அனைத்தும் வெற்றியடையும் என்று சொல்ல இயலாது. ஒருவேளை

தோல்வியடைந்துவிட்டால், அதை ஓர் அனுபவமாக எடுத்துக்கொண்டு அடுத்த முயற்சிக்குச் செல்லும் பக்குவத்தையும் வளர்த்துக்கொள்ளவேண்டும்.

இக்கட்டுரையின் தொடக்கத்தில் நாம் பார்த்த பட்டியலில் சில இந்திய நிறுவனங்களும் இடம்பெறும் நாள் வெகுதொலைவில் இல்லை. இதனை ஓர் இயக்கமாக முன்னிறுத்தினால், அடுத்த தலைமுறையில் பல மாணவத் தொழிலதிபர்கள் உருவாவார்கள்.

(மே 2019)

18. வீட்டுவேலை ரோபோக்கள்

சிறிய சூட்கேஸைப்போன்ற ஒரு கருவி. அறையின் மூலையில் சமர்த்தாக அமர்ந்திருக்கிறது.

சில நிமிடங்களுக்குப்பிறகு, அது திடீரென்று விழித்துக்கொள்கிறது; அடியிலிருக்கும் சக்கரங்களின்மூலம் விறுவிறுவென்று அறையின் மையப்பகுதிக்குச் செல்கிறது; அங்குள்ள குப்பையைப் பொறுக்கிக்கொள்கிறது; பின்னர் சற்றுத்தொலைவிலிருக்கும் இன்னோரிடத்துக்குச் செல்கிறது; அங்குள்ள கறையைத் தண்ணீர் தெளித்துத் துடைத்துச் சுத்தப்படுத்துகிறது. முன்புபோல் ஒரு மூலையில் சென்று சமர்த்தாக அமர்ந்துகொள்கிறது.

அந்தக் கருவியின் பெயர், 'ரோபோடிக் வாக்குவம் க்ளீனர்', தானிருக்கும் அறையிலுள்ள குப்பைகள், கறைகளைக் கண்டறிந்து தானே சுத்தப்படுத்தும் கருவி.

ஒருவேளை, ஏதேனும் கறைகள் இதற்குத் தென்படாவிட்டால்?

பிரச்னையில்லை, நம்முடைய மொபைல்ஃபோனிலிருந்து கட்டளையிட்டு நாமே இதனை இயக்கலாம், 'என்ன மசமசன்னு உட்கார்ந்திருக்கே? ஒவ்வொரு பக்கமாப் பார்த்து நல்லாத் துடைக்கணும்' என்று அதட்டலாம்.

முன்பெல்லாம் 'ரோபோஸ்' எனப்படும் இயந்திர மனிதர்கள் அறிவியல் புனைகதைகளிலும் திரைப்படங்களிலும்தான் வந்துகொண்டிருந்தார்கள். பின்னர் அவர்களைத் தொழிற்சாலைகளில் அதிகம் காணமுடிந்தது. இப்போது இவர்கள் வீட்டுக்குள் நுழைந்திருக்கிறார்கள். இல்லத்தரசிகளுடைய அன்றாடப் பணிகளில் உதவும் நோக்கத்துடன் ஏராளமான இயந்திரக் கருவிகள் இப்போது தயாராகிவருகின்றன.

எடுத்துக்காட்டாக, கண்ணாடி ஜன்னலில் ஒட்டிக்கொண்டு அங்குலம் அங்குலமாகத் தேய்த்துச் சுத்தப்படுத்துகிற கருவி, குழந்தைகள் மூலைக்கு மூலை எறிகிற பொம்மைகளை ஒழுங்காக அடுக்கிவைக்கிற கருவி, துவைத்துப்போட்ட துணிகளை அழகாக மடித்துவைக்கிற கருவி, 'ஜில்லுன்னு எதாவது கொடேன்' என்று கேட்டால் குளிர்பதனப்பெட்டியிலிருந்து பழரசத்தை எடுத்துத் தம்ளரில் ஊற்றிக் கொண்டுவந்து தருகிற கருவி, தோட்டத்துப் புற்களை வெட்டிச் சமனாக்குகிற கருவி, இன்னும் பலப்பல.

சந்தையில் ஏற்பட்டிருக்கிற இந்தத் திடீர் புரட்சிக்கு இரண்டு காரணங்கள்: இதற்கான மென்பொருள், வன்பொருள் தொழில்நுட்பங்கள் இரண்டும் இப்போது சரியாகக் கூடிவந்திருக்கின்றன; இயந்திரக் கற்றல் பலமடங்கு முன்னேறியிருக்கிறது; மக்களுக்கும் இதுபோன்ற கருவிகளுக்காகச் செலவழிக்கும் மனநிலை வந்திருக்கிறது.

ஆனால், இதையெல்லாம் நம்முடைய தெருமுனை எலக்ட்ரானிக்ஸ் கடையில் பார்க்கமுடிவதில்லையே. காரணம், இந்தத் தொழில்நுட்பங்களில் பெரும்பாலானவை மிகவும் ஆரம்பநிலையில் உள்ளன. ஆயிரக்கணக்கானோர், லட்சக்கணக்கானோர் தொடர்ந்து வீட்டில் பயன்படுத்துகிற அளவுக்கு இவற்றின் செயல்திறனோ வேகமோ தரமோ இல்லை.

எடுத்துக்காட்டாக, துணியை மடிக்கும் ரோபோக்கள் ஒரு துணியை மடிப்பதற்கு நான்கு நிமிடம் எடுத்துக்கொள்கின்றனவாம். அந்த நேரத்தில் ஒரு மனிதர் ஏழெட்டுத் துணிகளை மடித்துவிடுவார். அதுமட்டுமில்லை, நான்கு நிமிடத்தில் அந்தத் துணி கச்சிதமாக மடிக்கப்படும் என்பதற்கு எந்த உத்தரவாதமும் இல்லை.

தானா எழுதும் பேனா!

மனிதர்களைப்போல் துணியைப் பார்த்தவுடன், அதன் தன்மையை, வடிவமைப்பைத் தெரிந்துகொண்டு, அதற்கேற்பச் சட்டென்று மாற்றங்களைச் செய்து கச்சிதமாக மடிக்கிற திறமை ரோபோவுக்கு இல்லை. ஆங்காங்கே பிழைகளைச் செய்யும், அதை நாம்தான் பார்த்து ஒழுங்குபடுத்தவேண்டும்.

சுருக்கமாகச் சொன்னால், இந்த ரோபோக்கள் கொஞ்சம் மந்தமான வேலைக்காரர்களைப்போல. இவற்றிடம் ஒரு பணியை ஒப்படைத்துவிட்டு நாம் அக்கடா என்று அமர்ந்திருக்கமுடியாது.

ஆனால், இந்த ரோபோக்கள் ஏன் அவ்வளவு மெதுவாக, தரமின்றிச் செயல்படுகின்றன? இயந்திரங்கள் மனிதர்களைவிட அதிவேகமாகவும் சிறப்பாகவும் வேலைசெய்யும் என்று சொல்வார்களே.

உண்மைதான். ஆனால் அதெல்லாம், ரோபோ ஒரு வேலையை முழுமையாகக் கற்றுக்கொண்டபிறகுதான். இன்றைய தேதிக்கு, வீட்டுவேலைகளை ரோபோக்கள் முற்றிலுமாகக் கற்றுக்கொள்ளவில்லை. ஒருமாதிரி குத்துமதிப்பாகக் கற்றுக்கொண்டு செயல்படுகின்றன, ஆகவே, வேகமும் தரமும் போதவில்லை. ஆனால், இது ஆரம்ப நிலைதான். கொஞ்சம்கொஞ்சமாக, தொழில்நுட்பத்தின் உதவியுடன் இவை இந்த வேலைகளைக் கற்றுக்கொண்டுவிடும். அதன்பிறகு, நம்மைவிடப் பலமடங்கு சிறப்பாகச் செயல்படும்.

எடுத்துக்காட்டாக, நாம் இன்றைக்குத் துவைக்கும் இயந்திரத்தைச் சர்வசாதாரணமாகப் பயன்படுத்துகிறோம். ஆனால், ஆரம்ப காலத்தில் அதன் தொழில்நுட்பம் இந்த அளவு சிறப்பாகவும் நம்பகமாகவும் இருந்திருக்காது. கொஞ்சம்கொஞ்சமாக மாற்றங்களைச் செய்து, முன்னேற்றங்களைச் சேர்த்து இந்த நிலைக்கு அதனைக் கொண்டுவந்திருக்கிறார்கள்.

அதுபோல, இன்றைக்குச் சுமாராக இயங்கும் வீட்டுவேலை ரோபோக்கள் நாளைக்கு மிகச்சிறந்த வேலைக்காரர்களாகிவிடும். அப்போது நாம் இவற்றிடம் எல்லா வேலைகளையும் நம்பி ஒப்படைக்கலாம்.

98

வீட்டுவேலை ரோபோக்கள் பெரிய அளவில் பிரபலமாகாததற்கு இன்னொரு காரணமும் உண்டு: அவற்றின் விலை. ஒவ்வொரு ரோபோவும் கிட்டத்தட்ட அரை லட்ச ரூபாய், அல்லது அதற்குமேல் என்கிறார்கள். இந்த விலை கணிசமாகக் குறைந்தால்தான் பெரும்பாலானோரால் இவற்றை வாங்கிப் பயன்படுத்த இயலும்.

அதுவரையில், வீட்டுவேலை ரோபோக்களைப்பற்றித் தொலைக்காட்சியில், இணையத்தில், பத்திரிகைகளில் வாசித்துப் புருவத்தை உயர்த்தலாம். அவற்றை நம் வீடுகளில் பார்ப்பதற்கு, இயல்பாகப் பயன்படுத்துவதற்குச் சில ஆண்டுகளாகலாம்.

இந்தத் துறையில் தீவிரமாக இயங்கிவரும் நிறுவனங்கள் இதுபற்றி நம்பிக்கையுடன் உள்ளன, 'வருங்காலத்தில் ஒவ்வொரு வீட்டிலும் ஒரு ரோபோவாவது இருக்கும்' என்கிறார் *Aeolus Robotics* நிறுவனத்தின் நிறுவனர் அலெக்ஸாண்டர் ஹூவாங்.

மற்ற நாடுகளுடன் ஒப்பிடும்போது, இந்திய வீடுகள் வேறுவிதமானவை, இங்குள்ள வேலைகளும் சற்று மாறுபட்டவை, அந்த வேலைகளை மிகச்சிறப்பாகச் செய்யவேண்டும் என்பதில் இந்திய இல்லத்தரசிகளுடைய எதிர்பார்ப்புகளும் அதிகம். இதையெல்லாம் கருத்தில்கொண்டு பார்க்கும்போது, சர்வதேச நிறுவனங்கள் தயாரிக்கும் ரோபோக்கள் இந்தியச் சூழலைத் தாக்குபிடித்துச் சமாளிக்குமா என்பது முக்கியமான கேள்வி.

நல்லவேளையாக, இந்தியாவிலும் ரோபோடிக்ஸ் துறை நன்கு பரவிவருகிறது. பல கல்லூரிகளில் இதனைச் சிறப்புப்பாடமாகச் சொல்லித்தருகிறார்கள்; பெருநகரங்களில் ரோபோடிக்ஸ் கருத்தரங்குகள் நடைபெறுகின்றன; மாணவர்கள் மிகுந்த ஆர்வத்துடன் புதிய ரோபோக்களை உருவாக்கிப் பழகுகிறார்கள். ஆகவே, நமக்கான வீட்டுவேலை ரோபோக்களை நாமே உருவாக்கிக்கொள்ளும் வாய்ப்பும் இருக்கிறது!

ஆனால், இதனால் பலருக்கு வேலை போய்விடுமோ? வருங்காலத்தில் யார் வீட்டிலும் வேலைக்கு ஆள் சேர்க்க மாட்டார்களோ?

இந்தக் கவலையும் கேள்வியும் எல்லாத் துறைகளிலும் இருக்கின்றன. இயந்திரங்கள் செய்யக்கூடிய வேலைகளை வருங்காலத்தில் இயந்திரங்கள்தான் செய்யும். அந்த அளவுக்கு மனிதர்களால் சிறப்பாகச் செயல்பட இயலாது. ஆனால், இயந்திரங்களால் செய்ய இயலாத, மனித மூளை தேவைப்படுகிற பல பணிகள் இருக்கின்றன. அங்கெல்லாம் இயந்திரங்கள் படுதோல்வி அடையும். அவற்றை மனிதர்களே தொடர்ந்து செய்வார்கள்.

ஆகவே, சில வேலைகள் வழக்கிழந்தாலும், பல வேலைகள் தொடரும், புதிய வேலைகள் உருவாகும், இயந்திர மனிதர்களால் உலகை ஆளமுடியாது என்று தோன்றுகிறது, மனிதர்கள் தங்களுடைய வேலைகளைச் சிறப்பாகச் செய்வதற்கு, ஓய்வு நேரத்தை மகிழ்ச்சியாகச் செலவிடுவதற்கு அவை உதவலாம், அவ்வளவுதான்!

(ஏப்ரல் 2019)

19. பொழுதுபோக்கில் ஒரு புரட்சி

முன்பெல்லாம் திரைப்படப் பாடல்வரிகள் மட்டும் ஒரு சிறு தனிப்புத்தகமாக வரும். அதில் அந்தப் படத்தின் கதையைச் சுருக்கமாகச் சொல்லிவிட்டுக் கடைசியில், 'அதன்பிறகு ராஜுவுக்கு என்ன நடந்தது? வெள்ளித்திரையில் காண்க' என்று அச்சிடுவார்கள்.

சினிமாப் படங்கள் திரையிடப்படும் பெரிய வெள்ளைத்திரையை 'வெள்ளித்திரை' என்று சொல்லிவிட்டதால், தொலைக்காட்சி வந்தபோது அதனைச் 'சின்னத்திரை' என்று அழைக்க ஆரம்பித்தார்கள். இந்தத் திரையும் மக்களுடைய பொழுதுபோக்குக்கு நல்ல தீனி போட்டது.

இப்போது, இன்னும் சிறிய (மொபைல்) திரைகளில் பொழுதுபோக்குகள் அரங்கேறுகின்றன. யூட்யூப் உள்ளிட்ட இணையதளங்கள் பலவிதமான வீடியோக்களைத் தந்து மக்களைக் கவர்ந்திழுக்கின்றன. பழைய வெள்ளித்திரையின் திரைப்படங்கள், சின்னத்திரையின் தொடர்களைக்கூட மக்கள் இந்த மொபைல் திரையில் பார்க்கவே விரும்புகிறார்கள்.

ஏனெனில், வெள்ளித்திரையிலும் சின்னத்திரையிலும் உள்ள ஒரு பெரிய பிரச்னை, அவர்கள் விரும்பும் நேரத்தில்தான் நாம் பார்க்கமுடியும். திரைப்படம் என்றால் ஒரு நாளைக்கு

தானா எழுதும் பேனா!

நான்கு அல்லது ஐந்து காட்சிகள்தான், தொலைக்காட்சித் தொடர் ஏழுமணிக்கு என்றால் ஏழுமணிக்குதான், 'இப்போது நான் சும்மாதான் இருக்கிறேன், தொடரைப் பார்க்கலாமா?' என்றால் கிடைக்காது.

மொபைல் திரை அப்படியில்லை, அங்குள்ள பொழுதுபோக்குகள் நிரந்தரமாகப் பதிவுசெய்யப்பட்டு எப்போதுவேண்டுமானாலும் கிடைக்கின்றன. செல்பேசியில் இணையம் இருந்தால் போதும், விரும்பிய நேரத்தில் பொழுதுபோக்கு, பிடித்ததைத் திரும்பத்திரும்பப் பார்க்கலாம், பிடிக்காவிட்டால் சட்டென்று இன்னொன்றுக்கு மாறலாம், பார்வையாளருக்கு முழுச் சுதந்திரம்.

இதன் அடுத்தநிலையாக, உலக அளவில் பெரிய வெற்றிபெற்ற *NetFlix, Amazon Prime* போன்ற ஊடகச்சேவைகள் இந்தியாவுக்கு வந்துள்ளன. இவற்றை *'Subscription-based Streaming Services'* என்கிறார்கள். அதாவது, ஒரு குறிப்பிட்ட தொகையைச் சந்தாவாகச் செலுத்தி உறுப்பினர்களானவர்கள்மட்டும் பார்க்கமுடிகிற பொழுதுபோக்கு நிகழ்ச்சிகள் இவை.

எடுத்துக்காட்டாக, அமேசான் ப்ரைம் வருடத்துக்கு ரூ999 வசூலிக்கிறது. மாதத்துக்குச் சுமார் 85ரூபாய் கட்டணத்தில் அவர்களுடைய நிகழ்ச்சிகள் அனைத்தையும் எப்போது வேண்டுமானாலும் பார்க்கலாம். மற்ற நிறுவனங்களும் கிட்டத்தட்ட இதே அளவு விலையைத்தான் நிர்ணயித்திருக்கிறார்கள். இந்தத் தொகையைச் செலுத்திவிட்டு அவர்களுடைய புதிய, பழைய நிகழ்ச்சிகளை மொபைல், டேப்லட், கணினி, ஸ்மார்ட் டிவி எனப்படும் நவீன தொலைக்காட்சி என எங்குவேண்டுமானாலும் பார்க்கலாம்.

என்னமாதிரி நிகழ்ச்சிகள்?

பல சந்தா சேவைகளில் திரைப்படங்களும் வருகின்றன; ஆனால், மக்கள் பெரும்பாலும் திரைப்படங்களுக்காக இங்கு வருவதில்லை; அந்தந்த ஊடகத்துக்காகப் பெருஞ்செலவில் தயாரிக்கப்படும் தனிப்பட்ட நிகழ்ச்சிகளைப் பார்க்கத்தான் வருகிறார்கள்; அவற்றை நாம் வேறெங்கும் பார்க்க இயலாது.

இந்த நிகழ்ச்சிகள் வழக்கமாக நாம் பார்க்கும் தொலைக்காட்சித் தொடர்களைப்போல் குண்டுச்சட்டியில் குதிரை ஓட்டுபவையாக இருக்காது. வித்தியாசமான கதைக்கருக்களை எடுத்துக்கொண்டு திரைப்படங்களுக்கு இணையான தரத்துடன் இவை உருவாக்கப்படுகின்றன. க்ரைம், காதல், குடும்பம், நகைச்சுவை, சமையல், வரலாறு, விளையாட்டு என எல்லாவிதமான பார்வையாளர்களையும் கவரும்வகையில் நிகழ்ச்சிகள் சேர்க்கப்படுவதால் ஒரே ஒரு சந்தா செலுத்திவிட்டு வீட்டிலுள்ள எல்லாரும் அவரவர் கருவியில் நிகழ்ச்சிகளைப் பார்க்கலாம்.

முன்பு இந்நிகழ்ச்சிகள் பெரும்பாலும் ஆங்கிலத்தில்தான் இருந்தன. இப்போது இவை தமிழ்போன்ற உள்ளூர்மொழிகளிலும் புதிதாக உருவாக்கப்படுகின்றன. நம் ஊர்க் கதாபாத்திரங்கள், நம்முடைய சூழல்களைப் பார்க்கமுடிகிறது, ஆங்கிலத்தில் புகழ்பெற்ற தொடர்கள் நம் மொழிகளில் சப்டைட்டில்களுடன் கிடைக்கின்றன. இதன்மூலம் பெரும் எண்ணிக்கையிலான இந்தியப் பார்வையாளர்களை இவர்கள் கவர்ந்திழுக்கத் தொடங்கியிருக்கிறார்கள். இதற்கென்று பெருமளவில் விளம்பரங்களும் செய்யப்படுகின்றன.

அமேசான் ப்ரைம் ஒரு படி மேலே சென்று, 'ப்ரைம் ம்யூசிக்' என்ற சேவையையும் (இதே சந்தாவில்) வழங்குகிறது. இதில் பல்லாயிரக்கணக்கான திரைப்பட, தனிப்பாடல்களை இலவசமாகக் கேட்கலாம். இத்துடன், அமேசான் இணையதளத்தில் கூடுதல் தள்ளுபடிகள், அங்கே வாங்கும் பல பொருட்களுக்கு அனுப்பும் கட்டணம் இல்லை என்று பல சலுகைகளைச் சேர்த்திருக்கிறார்கள்.

ஆனால், இந்தச் சலுகைகளையெல்லாம் தாண்டி, அமேசான் ப்ரைம், நெட்ஃப்ளிக்ஸ் போன்றவற்றில் இடம்பெற்றுள்ள நிகழ்ச்சிகளின் பட்டியல், அதாவது, Content Catalogதான் மக்களை ஈர்க்கிறது. குறைந்த செலவில் நிறைவான பொழுதுபோக்கு, நினைத்த இடத்தில் நிகழ்ச்சிகளைப் பார்த்தல் போன்றவை இளைஞர்களைக் கவர்ந்துள்ளன. தங்களுக்குப் பிடித்த நிகழ்ச்சிகளின் அத்தியாயங்களை மணிக்கணக்காகத் தொடர்ந்து

பார்த்து மகிழ்கிறார்கள். 'ரெண்டே நாள்ல இந்தத் தொடரை முழுக்கப் பார்த்துட்டேன்' என்று சமூக ஊடகங்களில் பெருமையடித்துக்கொள்கிறார்கள், இதைப்பார்த்து இன்னும் பலர் இங்கே வருகிறார்கள்.

அந்தவிதத்தில், இந்த ஊடகங்களின் இதயமாக இருப்பது இளைஞர்கள்தான். வருங்காலத்தில் அவர்களுக்குப் பொழுதுபோக்கு என்றாலே இந்த ஒர் ஊடகம்தான் நினைவில் வரவேண்டும் என்று இந்நிறுவனங்கள் திட்டமிட்டு உழைக்கின்றன. தரமான நிகழ்ச்சிகளைத் தந்து அவர்களை ஈர்க்கின்றன.

இனிவரும் மாதங்களில், இந்தியாவை மையமாக்கக்கொண்ட நிகழ்ச்சிகள் அதிகம் உருவாக்கப்படும். உலக அளவில் புகழ்பெற்ற நிகழ்ச்சிகளெல்லாம் வேறுவடிவிலோ, மொழிமாற்றம் செய்யப்பட்டோ இந்தியாவுக்கு வரும். திரை நடிகர்கள், சின்னத்திரைப் பிரபலங்கள் பலர் இங்கு வருவார்கள், இவர்களுக்குச் சவால்விடக்கூடிய புதிய நட்சத்திரங்கள் இங்கிருந்து தோன்றுவார்கள்.

குறிப்பாக, இப்படிப்பட்ட நிகழ்ச்சிகள்தான் பொழுதுபோக்கு என்ற வரையறைகள் உடைபடும். ஒரு புதிய சிந்தனையை ஒரு நிறுவனம் நிராகரித்தாலும் இன்னொரு நிறுவனம் அதனை முயன்றுபார்க்க வாய்ப்புகள் அதிகம். இங்கே தயாரிக்கப்படுகிற எல்லா நிகழ்ச்சிகளும் பல்லாண்டுகளுக்குத் தொடர்ந்து பார்க்கப்படவிருக்கின்றன என்பதால், அவற்றின் *Shelf Life* அதிகம், வருமானமும் அதிகம் என்பதைக் கருத்தில்கொண்டு இந்நிறுவனங்கள் பெரிய அளவில் முதலீடு செய்கின்றன.

இந்நிகழ்ச்சிகள் அனைத்தும் இணைய வசதி கொண்ட கருவிகளில் பார்க்கப்படுவதால், எந்த நிகழ்ச்சி, எந்த அத்தியாயம், எந்தப் பகுதி மக்களைக் கவர்கிறது என்று தயாரிப்பாளர்கள் நேரடியாக அறிந்துகொள்ள வாய்ப்புண்டு. இதன்மூலம் நிகழ்ச்சிகளின் தரமும் மேம்படும், உண்மையாகவே மக்களால் வழிநடத்தப்படுகிற பொழுதுபோக்கு ஊடகமாக இவை அமையக்கூடும்.

திரைப்படம்போன்ற ஊடகங்களுக்கும் இது ஒரு நல்ல வாய்ப்பு. இப்போதெல்லாம் ஒரு புதிய படத்தின் அறிவிப்பு வெளியாகும்போதே, *Streaming Rights* எனப்படும் இணையத்தில் ஒளிபரப்புகிற உரிமைக்கு இந்நிறுவனங்கள் போட்டிபோடுகின்றன. சிறிய தயாரிப்பாளர்கள் தங்கள் படங்களை நேரடியாக இணையத்தில் வெளியிடுகிற போக்கும் தொடங்கிவிட்டது. இதன்மூலம் திருட்டுவீடியோவில் படம் பார்ப்பதைவிட, சட்டபூர்வமாக இணையத்தில் பார்க்கலாம் என்று நினைக்கிறவர்கள் அதிகரிப்பார்கள் என நம்பலாம்.

மக்களைப்பொறுத்தவரை, பொழுதுபோக்குக்கான செலவு குறையும். இணையத்துக்காகச் செலவழித்தால்போதும், *Streaming* சேவையை வழங்கும் நிறுவனங்களில் எதன் நிகழ்ச்சிப்பட்டியல் தங்களுக்கு அதிகம் பிடித்திருக்கிறதோ அதற்குச் சந்தா செலுத்திவிட்டு வெவ்வேறு கருவிகளில் நிகழ்ச்சிகளைப் பார்க்கலாம்.

ஒரே பிரச்னை, *Screentime* எனப்படும் 'திரையைப்பார்க்கும் நேரம்' அதிகமாகப் போகிறது. திரைப்படங்களுக்கு, சின்னத்திரை சீரியல்களுக்கு அடிமைகளானவர்களைப்போல் இணையம்சார்ந்த ஊடகங்களுக்கு அடிமைகளாகிறவர்களும் இருப்பார்கள். எடுத்துக்காட்டாக, *'Binge Watching'* என்றொரு பிரச்னை உலகம்முழுக்க உண்டாகிவிட்டது; இதன் பொருள், தங்களுக்குப் பிடித்த ஒரு நிகழ்ச்சியின் எல்லா அத்தியாயங்களையும் தொடர்ந்து பார்ப்பது, வேறு எதிலும் கவனம்செலுத்தாமல் அதைமட்டுமே செய்துகொண்டிருப்பது.

இதுபோன்ற பிரச்னைகள் எல்லா ஊடகங்களிலும் உண்டு. ஆனால் தொட்ட இடத்திலெல்லாம் நமக்குப்பிடித்த பொழுதுபோக்குகள் என்கிற சூழலில் அதன் தாக்கம் பலமடங்காக இருக்கும். பொழுதுபோக்கையும் அளவோடு அமைத்துக்கொண்டால் நல்லது!

(ஜூலை 2018)

20. கார் பகிர்தல்

அவசர வேலையாக வெளியூர் செல்லவேண்டும். பேருந்திலோ ரயிலிலோ இடமில்லை. என்ன செய்வது?

காரில் சவுகர்யமாகப் போகலாமே. உண்மைதான். ஆனால் அதற்கு ஏகப்பட்ட செலவாகுமே.

ஒருவேளை, நீங்கள் ரயிலிலோ தனியார் பேருந்துகளிலோ செலுத்துகிற கட்டணத்தைவிடக் கொஞ்சம் கூடுதலாகமட்டும் செலுத்தி, காரில் பயணம் செய்யமுடிந்தால்?

இது கற்பனையில்லை. இன்றைய தொழில்நுட்பம் இதனை நிஜமாக்கியிருக்கிறது. *Car Sharing* எனப்படும் பகிர்தல் வசதியைப் பயன்படுத்தி இந்தியாமுழுக்கப் பல நகரங்களுக்கிடையே ஆயிரக்கணக்கானோர் தினமும் குறைந்த செலவில் சென்றுவந்துகொண்டிருக்கிறார்கள். எடுத்துக்காட்டாக, ஒருவர் சென்னையிலிருந்து கோவைக்குச் செல்ல விரும்புகிறார். ஆனால், அவரிடம் கார் இல்லை.

நான்கு தெரு தள்ளி இன்னொருவர், அவரும் சென்னையிலிருந்து கோவைக்குச் செல்ல விரும்புகிறார். அவரிடமும் கார் இல்லை. மூன்றாவதாக ஒருவர், அதே சென்னையிலிருந்து அதே கோவைக்குக் காரில் செல்கிறார். அவரும் அவருடைய மனைவியும் முன் இருக்கையில் அமர்கிறார்கள். பின் இருக்கை காலியாக இருக்கிறது.

இப்போது, அந்தப் பின் இருக்கையை அவர்கள் முதலில் பார்த்த இருவருக்கும் தரமுடிந்தால், எல்லாருக்கும் நன்மையல்லவா? முதல் இருவரும் பேருந்து நிலையம், ரயில் நிலையம் என்று அலையாமல், டிக்கெட் வாங்க வரிசையில் நிற்காமல் நியாயமான கட்டணத்தில் சவுகர்யமாகக் கோவைக்குச் சென்றுசேர்கிறார்கள், அவர்கள் தரும் பணத்தால் மூன்றாவது நபரின் பயணச்செலவு மிச்சமாகிறது. இதுதான் *Car Sharing.*

ஆனால், இந்த மூவரையும் இணைப்பது யார்?

அங்கேதான் தொழில்நுட்பம் உதவிக்கு வருகிறது. *Blablacar* போன்ற மொபைல் அப்ளிகேஷன்களில் நுழைந்து யார் வேண்டுமானாலும் தங்களுடைய காரைப் பதிவு செய்யலாம், எந்தத் தேதியில் எங்கிருந்து எங்கே செல்கிறோம், எந்த நேரத்தில் செல்கிறோம் என்று குறிப்பிடலாம், தங்கள் காரில் எத்தனை காலி இருக்கைகள் உள்ளன, அவை ஒவ்வொன்றுக்கும் தாங்கள் எதிர்பார்க்கும் கட்டணம் எத்தனை ரூபாய் என்று தெரிவிக்கலாம்.

அதன்பிறகு, அதே ஊருக்குச் செல்கிற மற்றவர்களும் அதே அப்ளிகேஷனுக்கு வருவார்கள், தங்களுடைய பயண விவரங்களைப் போட்டுத் தேடுவார்கள். 'இதோ, இங்கே ஒருத்தர் அதே நாள்ல, அதே நேரத்துல, அதே ஊருக்குப் போறார். அவரோட கார்ல இடமிருக்கு. சேர்ந்துக்கறீங்களா?' என்று அப்ளிகேஷன் கேட்கும். 'சரி' என்று தலையசைத்தால் அவர்களை இணைத்துவைத்துவிடும். அவர்கள் தங்களுக்குள் பேசிக்கொண்டு பயணம் செய்யவேண்டியதுதான்.

ஆனால், முன்பின் தெரியாத ஒருவரை நம்பி அவருடைய காரில் ஏறமுடியுமா? அவர் கண்டபடி வண்டியை ஓட்டுகிறவராக இருந்துவிட்டால்?

அதேபோல், கார் ஓட்டுகிறவர்களுக்கும் இந்தத் தயக்கம் இருக்கும்: யாரையோ நம் வண்டியில் ஏற்றிக்கொள்கிறோமே, அவர் வழியில் ஏதாவது வம்பு பண்ணினால்? இந்தப் பிரச்னையைத் தவிர்ப்பதற்காக இந்த அப்ளிகேஷன்களில் ஒவ்வொருவருடைய

தனிப்பட்ட விவரங்களையும் கவனமாகப் பரிசீலித்து உறுதிப்படுத்துகிறார்கள். ஒவ்வோர் ஓட்டுநருக்கும் அவர்களோடு பயணம் செய்தவர்கள் மதிப்பெண் போடுகிறார்கள். இதைப் பார்த்து மற்றவர்கள் கவனமாகத் தேர்ந்தெடுக்கலாம்.

அதேபோல், பயணத்தின்போது அரட்டையடிக்கலாமா, பாட்டுக்கேட்கலாமா என்று எல்லா விவரங்களையும் இந்த அப்ளிகேஷனில் முன்கூட்டியே தெரிவித்துவிடலாம். எங்கே ஏறவேண்டும், எங்கே இறங்கவேண்டும் என்பதையும் தெரிவிக்கலாம். இதனால், நம் வீட்டுக்கு அருகே புறப்படுகிற காரில் ஏறிக்கொள்ளலாம், நமக்குப் பிடித்த பாடல்களைக் கேட்டுக்கொண்டு, அரட்டையடித்துக்கொண்டு செல்லலாம். ஒவ்வொருமுறை வெளியூர் செல்லும்போதும் புதிய மனிதர்களைச் சந்திக்கும் அனுபவமும் கிடைக்கும்.

இதன்மூலம் நமக்குப் பணம் மிச்சமாவது ஒருபுறமிருக்க, சுற்றுச்சூழலுக்கும் இது மிக நல்லது. காலியாகச் செல்கிற காரில் ஓரிருவர் கூடுதலாகப் பயணம் செய்தால் அவர்கள் ஒவ்வொருவராலும் ஏற்படும் சுற்றுச்சூழல் மாசு குறையுமல்லவா?

கார் வைத்திருக்கிற பலர், வெளியூர்ப் பயணங்களுக்கு அதை எடுக்கமாட்டார்கள். அதனால் செலவு அதிகம் என்று நினைப்பார்கள். அதுபோன்ற நேரங்களில் *Car Sharing* வெகுவாகப் பயன்படும். காலி இருக்கைகளில் இரண்டு, மூன்று பேரை ஏற்றிக்கொண்டால் கணிசமான பணம் திரும்பக்கிடைத்துவிடுமே.

ஆக, கார்களைப் பகிர்ந்துகொள்வதால் ஓட்டுபவர், பயணம்செய்கிறவர், சுற்றுச்சூழல் என முத்தரப்புக்கும் நன்மைதான். கொஞ்சம் கவனமாக மதிப்பெண்களைப் பார்த்து நல்ல ஓட்டுநராகத் தேர்ந்தெடுத்துவிட்டால் பாதுகாப்பாகவும் சிக்கனமாகவும் ஊர்சுற்றலாம்.

(நவம்பர் 2017)

21. ஆட்டோமேஷன்: மனிதர்களின் வேலைகளைப் பறித்துவிடுமா?

உணவகத்துக்குச் செல்கிறோம். இரண்டு இட்லி, ஒரு பொங்கல் என்று சாப்பாடெல்லாம் நம்ம ஊர் பாணிதான். ஆனால், பரிமாறுகிறவர், மேசை துடைக்கிற பையன், தரையைச் சுத்தப்படுத்துகிறவர் என எல்லாரும் வடக்கத்தி முகங்களாக இருக்கிறார்கள்.

இத்தனை பேர் வடக்கிலிருந்து வந்து நம் ஊரில் குடியேறுவார்கள் என்று பத்து வருடத்துக்கு முன்னால் கற்பனையாவது செய்திருப்போமா? திடீரென்று இவர்களெல்லாம் எங்கிருந்து வந்தார்கள்? எப்படி வந்தார்கள்?

காசுதான் காரணம். நம் ஊர்க்காரர்கள் ஆயிரம் ரூபாய் சம்பளம் கேட்கிற வேலையை இவர்கள் நானூறுக்குச் செய்யத் தயாராக இருக்கிறார்கள்; வாங்கும் சம்பளத்துக்கு வஞ்சகமில்லாமல் உழைக்கிறார்கள்; அப்புறம் அவர்கள் என்ன மொழி பேசினால் என்ன? தமிழ் முதலாளிகள் வடக்கத்தித் தொழிலாளர்களை அரவணைத்து ஏற்றுக்கொண்டுவிட்டார்கள். இதனால் நம் ஊர்க்காரர்களுக்கு வேலைவாய்ப்புகள் குறைகின்றன என்பது உண்மைதான். அதேசமயம், தொழில்நடத்துகிற

ஒருவர் அதையா பார்ப்பார்? குறைந்த முதலீட்டில் அதிக வருவாய் என்பதுதானே தொழிலின் அடிப்படையே! அந்தக் கண்ணோட்டத்தில் பார்க்கும்போது, குறைவான சம்பளத்துக்கு நன்கு வேலைசெய்கிற ஒருவரைத்தான் அவர்கள் வேலையில் அமர்த்த விரும்புவார்கள், அவர்கள் எந்த ஊர்க்காரர்களாக இருந்தால் என்ன?

நாளைக்கே ஒரு ரோபோ வருகிறது; அதுவே மேசையைத் துடைத்து, வாடிக்கையாளருக்கு வேண்டியதைக் கேட்டுச் சமைத்துப் பரிமாறிவிடும் என்றால், இந்த முதலாளிகள் அந்த ரோபோவை வாங்கத்தானே விரும்புவார்கள்? வடக்கத்தித் தொழிலாளர்களுக்கு நானூறு ரூபாய் தருவதும் மிச்சமாகி, வெறும் மின்சாரச் செலவே போதுமல்லவா?

இதென்னவோ அறிவியல் புனைகதைபோல இருக்கிறது என்று நினைக்காதீர்கள். இதுபோன்ற வேலைகளைச் செய்கிற ரோபோக்கள், அதாவது, இயந்திர மனிதர்களெல்லாம் கைக்கெட்டும் தூரத்தில் இருக்கிறார்கள். அந்த அளவுக்குத் தொழில்நுட்பம் முன்னேறிவிட்டது.

உணவகத்தில் மட்டுமல்ல, இன்றைக்கு மனிதர்கள் வேலைசெய்கிற பல இடங்களில் மேலும் மேலும் இயந்திரங்களை நாம் பார்க்கப்போகிறோம். இப்போது மனிதர்கள் செய்கிற அதே வேலைகளை அவை பலமடங்கு வேகமாகவும் சிறப்பாகவும் நாள்முழுக்கவும் செய்யப்போகின்றன.

எடுத்துக்காட்டாக, வங்கிகளில் பணத்தைக் கொடுக்கவும் பெறவும் *Teller* என்றொருவர் இருந்தார்; அவருக்குப் பதிலாகத் தான் *ATM (Automatic Teller Machine)* என்கிற இயந்திரங்கள் அறிமுகப்படுத்தப்பட்டன. இன்றைக்கு அவை நாடுமுழுக்கப் பரவிவிட்டன. காரணம், மனித டெல்லர் செய்த அதே வேலையை இந்த இயந்திரங்கள் இன்னும் விரைவாகச் செய்கின்றன; அவர் ஒரு நாளைக்கு எட்டு மணிநேரம் உழைத்தால், இவை இருபத்து நான்கு மணிநேரம் உழைக்கின்றன. அவரிடம் என்றைக்கேனும் பிழைகள் வரலாம்; இந்த இயந்திரம் பிழையே செய்யாது. அவர் ஒரு

110

குறிப்பிட்ட இடத்தில்மட்டும்தான் வேலை செய்யமுடியும், இந்த இயந்திரங்களோ எந்த மூலைமுடுக்கிலும் வேலை செய்யும்... இப்படிக் காரணங்களை அடுக்கிக்கொண்டே போகலாம்.

இன்னொருபக்கம், ஓட்டுநர் இல்லாத கார்கள் வந்துவிட்டன. *ATM*போல, இவை *ADM*கள், *Automated Driving Machines*. ஏறி உட்கார்ந்து எங்கே செல்லவேண்டும் என்று சொல்லிவிட்டால் அவையே பொறுமையாக நம்மை அந்த இடத்துக்கு அழைத்துச்சென்றுவிடுகின்றன.

இதென்ன விபரீதம்; ஓட்டுநர் இல்லாத கார் எங்கேயாவது போய் மோதினால் யார் பொறுப்பு என்று பதறவேண்டாம்; இவையெல்லாம் ஒப்பீட்டளவில் சிறிய தொழில்நுட்பப் பிரச்னைகள், கொஞ்சம்கொஞ்சமாக அவற்றையெல்லாம் சரிசெய்துவிடுவார்கள். அதன்பிறகு, மனித ஓட்டுநர்களுக்கு அவசியமே இல்லை.

இன்னொருபக்கம், 'நிருபர்' மென்பொருட்களைக் கண்டுபிடித்திருக்கிறார்களாம். இவற்றுக்கு உரிய விவரங்களைத் தந்தால் அழகாகக் கட்டுரை எழுதித் தந்துவிடுமாம். இதேபோல் பாத்திரங்கள், அவற்றின் தன்மைகள், கதையின் வகை போன்ற விவரங்களைத் தந்தால் விறுவிறுவென்று ஐம்பது அத்தியாயங்களில் கதை எழுதித் தரக்கூடிய மென்பொருட்களும் வரலாம், 'ஹீரோவும் ஹீரோயினும் ஊட்டியிலே ஓடியாடிக் காதலிக்கறாங்க' என்று இயக்குநர் சொன்னதும் சட்டென்று மெட்டையும் பாடல் வரிகளையும் வெளித்தள்ளுகிற மென்பொருட்களும் வரலாம்.

இதையெல்லாம் கேட்டால் ஒருபக்கம் மகிழ்ச்சியாயிருக்கிறது, இன்னொரு பக்கம் திகில் எழுகிறது: எல்லாமே இயந்திரமயமாகி விட்டால், அந்த ஓட்டுநர்கள், பத்திரிகையாளர்கள், எழுத்தாளர்கள், மற்ற மனித உழைப்பாளர்களின் கதி? அவர்களுடைய புவ்வாவுக்கு என்ன வழி?

Automation, அதாவது, தானியங்கியாக்கம் என்பது இன்றைக்கு எல்லாத் துறைகளிலும் நுழைந்துவிட்டது. ஒரே வேலையை

முன்பைவிடச் சிறப்பாகச் செய்வது எப்படி என்று சிந்தித்துச் சிந்தித்து, இப்போது அந்த வேலையை ஓர் இயந்திரம் அல்லது மென்பொருளிடம் தந்தால் என்ன என்பதில் வந்து நிற்கிறார்கள். அதன்மூலம் பணத்தை மிச்சப்படுத்தலாம், முன்பைவிட விரைவாகப் பொருட்களை, சேவைகளைத் தந்து வாடிக்கையாளர்களை ஈர்க்கலாம் என்பதே இவர்களுடைய திட்டம்.

இதுவொன்றும் புதிய விஷயமல்ல, அம்மிக்கல்லில் அரைப்பதை நிறுத்திவிட்டு மிக்ஸி பயன்படுத்த ஆரம்பித்தோமல்லவா, அது ஆட்டோமேஷன்தானே? அரை மணி நேரத்தில் அரைக்கிற சட்னியை ஐந்து நிமிடத்தில் அரைத்துவிட்டு மீதமுள்ள நேரத்தை வேறு வேலைகளுக்குப் பயன்படுத்த மிக்ஸி உதவுகிறதல்லவா?

மிக்ஸி, கிரைண்டர், குக்கர் போன்ற வீட்டு உபயோகப் பொருட்களின் மூலம் நாம் நேரத்தை மிச்சப்படுத்துவதுபோல, அந்தத் தொழில்நிறுவனங்கள் காசை மிச்சப்படுத்த இயந்திரங்களை நாடுகின்றன. எந்தெந்த வேலைகளையெல்லாம் இயந்திரங்களிடம், மென்பொருட்களிடம் ஒப்படைக்கலாம் என்று சிந்தித்து, திட்டமிட்டுச் செயல்படுகின்றன.

ஆகவே, நாம் செய்கிற வேலை எதுவாக இருந்தாலும் சரி, நாளைக்கே அதனை ஓர் இயந்திரம் செய்யக்கூடும் என்கிற சாத்தியத்தை மறுக்கக்கூடாது, மறக்கவும் கூடாது. தொழில்நுட்ப வளர்ச்சிக்குத் தடைபோடுவது சாத்தியமில்லை. அதனை ஏற்றுக்கொள்ளவேண்டும், அந்த வளர்ச்சியை, அந்தத் தொழில்நுட்பத்தை நாம் எப்படிப் பயன்படுத்திக்கொள்ளலாம் என்றுதான் யோசிக்கவேண்டும்.

எடுத்துக்காட்டாக, கையால் ஓவியம் வரைந்த நிலை மாறி, இன்றைக்குப் பல ஓவியங்கள் கணினியில்தான் வரையப்படுகின்றன; இதுவும் ஆட்டோமேஷன்தான், இதைப் புரிந்துகொண்ட ஓவியர்கள் அந்தக் கணினியையும் அதில் வரைகிற கருவிகளையும் புரிந்துகொண்டு *Update* ஆகிவிட்டார்கள். கையால்தான் வரைவேன் என்று பிடிவாதம் பிடிக்கிறவர்கள் பின்தங்கியிருக்கிறார்கள்.

கையால் வரைந்த ஓவியமென்பது கணினி ஓவியத்தைவிடச் சிறப்பானதாக இருக்கலாம். ஆனால், இன்றைய சூழலின் நேர நெருக்கடி, பண நெருக்கடியில் கணினி ஓவியங்களுக்கு அதிக மதிப்பு உண்டாகிவிடுகிறது. ஆட்டோமேஷனில் இயந்திரங்களும் மென்பொருட்களும் மனிதர்களைவிட அதிகம் விரும்பப்படுவது இதனால்தான்.

ஓவியங்களைப் பொறுத்தவரை, கருவிதான் மாறுகிறது, ஓவியர் மாறவில்லை. ஆனால், தானியங்கிக் கார்கள் வந்துவிட்டால், ஓட்டுநர் என்கிற தொழிலே நீங்கிப்போகிறது. காரணம், அந்த இடத்தில் மனித சிந்தனைக்கான தேவை இல்லை என்கிற நிலைதான்.

ஆக, நாம் செய்கிற வேலையை ஓர் இயந்திரத்தால் செய்துவிடமுடியும் என்றால், அதைச் செய்வதற்கு ஒரு மனிதர், மனித மூளை அவசியமே இல்லை என்றால், இன்றைக்கு இல்லாவிட்டாலும் என்றைக்காவது அந்த வேலையைச் செய்கிற இயந்திரங்கள் வந்துவிடும். அதற்கு நாம் இப்போதே தயாராகிக்கொள்ளலாம்.

சொல்லப்போனால், மனித மூளை தேவைப்படுகிற இடங்களில் கூட, *Artificial Intelligence* எனப்படும் செயற்கை அறிவைப் பயன்படுத்தி ஆட்டோமேஷனை நுழைத்துவிடுகிறார்கள். எடுத்துக்காட்டாக, இணையத்தில் நீங்கள் பொருட்களை வாங்கும்போது, 'இதேமாதிரி இன்னொரு பொருள் இருக்கு, பார்க்கறீங்களா?' என்று பரிந்துரைப்பது மனிதரா? மென்பொருள்தானே? யாருக்கு எதைப் பரிந்துரைக்கவேண்டும் என்று அதற்கு எப்படித் தெரிந்தது? கார் ஓட்டும் மென்பொருள் சாலையிலுள்ள மற்ற வாகனங்களை எப்படிக் கவனித்துத் தன்னுடைய வேகத்தை ஒழுங்குபடுத்திப் பத்திரமாக ஓட்டுகிறது? எல்லாம் செயற்கை அறிவுதான்!

அப்படியானால், இயற்கை அறிவுள்ள நாம் என்ன செய்யலாம்?

உண்மையிலேயே மனித மூளை தேவைப்படுகிற, இயந்திரத்தால் செய்ய இயலாத வேலைகளுக்கு மாறிக்கொள்ளலாம்

அதாவது, ஆட்டோமேஷன் என்பது எல்லாத் துறைகளிலும் நுழைந்தபிறகும், மனிதர்கள்மட்டுமே செய்யக்கூடிய வேலைகள் மீதமிருக்கும்; புதிய வேலைகளும் உருவாகும்; அவற்றைக் கவனித்துப் பயன்படுத்திக்கொள்வதன்மூலம் நம்முடைய எதிர்காலத்தைக் காத்துக்கொள்ளலாம்.

இன்னும் ஐந்து வருடம் கழித்து இப்படியொரு கட்டுரையை ஒரு மென்பொருளே எழுதிவிடும். அதுவும் ஒன்றில்லை, ஐந்து நிமிடத்தில் இதுபோல் இருபது கட்டுரைகளை அது எழுதித் தள்ளும். அப்போது, மனிதனாகிய நானும் பேனாவைப் பிடித்துக் கட்டுரை எழுதுவேன் என்று இயந்திரத்தோடு போட்டிபோட் டுக்கொண்டிருக்கக்கூடாது, அதுபோன்ற மென்பொருள்களை உருவாக்குகிற, அவற்றுக்கு மொழிநுட்பங்களைக் கற்றுத்தருகிற, அவற்றின் கட்டுரைகளைச் சரிபார்த்துச் செப்பனிடுகிற ஒருவனாக மாறிவிடவேண்டும்!

(ஜூலை 2017)

22. தானா எழுதும் பேனா!

கணினிக்குச் சொந்த புத்தி கிடையாது. நாம் சொன்னதைச் செய்யும் கிளிப்பிள்ளை அது.

சின்ன வயதிலிருந்தே இப்படித்தான் நமக்குச் சொல்லித் தருகிறார்கள். கணினி என்பது ஒரு மிகப்பெரிய இயந்திரம். ஆனால் அது மனிதமூளைக்கு ஒருபோதும் இணையாகாது; காரணம், அதனால் சிந்திக்க முடியாது. மனிதன்தான் சிந்தித்து என்னென்ன செய்ய வேண்டுமென்று கணினிக்குச் சொல்வான். அவன் சொன்னதையெல்லாம் அது பொறுப்பாக நிறைவேற்றும்.

சுருக்கமாகச் சொன்னால் கணினி என்பது பேனாவைப்போல, மனிதன் என்பவன் எழுத்தாளனைப்போல. பேனாவால் எப்போதும் கதையெழுத முடியாது. அதற்கு ஓர் எழுத்தாளன் தேவைப்படுகிறான்.

ஆனால் சமீபகாலமாக இந்நிலைமை மாறிக்கொண்டிருக்கிறது. கணினிகளும் சிந்திக்கத் தொடங்கிவிட்டன. அப்படியானால், இனிமேல் மனிதன் தேவையில்லையா? கணினிகளே எல்லாவற்றையும் செய்துகொள்ளுமா?

இதைப் புரிந்துகொள்வதற்கு அந்தப் பேனா உதாரணத்தையே கொஞ்சம் நீட்டுவோம்: ஒரு பேனாவிடம் இதுவரை தமிழில்

எழுதப்பட்ட எல்லாக் கதைகளையும் தருகிறோம்; அது அந்தக் கதைகளை ஆராய்ந்துபார்த்துக் கதையெழுதும் நுட்பங்களைத் தெரிந்துகொள்கிறது; பின்னர், அதைக்கொண்டு ஓர் எழுத்தாளர் கதையெழுதும்போது, 'ஐயா, இந்த இடத்துல இந்தக் கதாபாத்திரம் இப்படிப் பேசினா நல்லாயிருக்கும்' என்று ஆலோசனை சொல்கிறது.

ஆக, பேனா சிந்திக்கத்தொடங்கிவிட்டது, பழைய கதைகளை வாசித்துத் தான் தெரிந்துகொண்ட விஷயங்களைக்கொண்டு, அந்த அறிவைக்கொண்டு ஓர் எழுத்தாளருக்கு உதவுகிறது.

இதிலிருந்து ஒரு படி மேலே சென்று பேனாவே கதையெழுதினால், எழுத்தாளர் தேவையில்லைதான். அப்படியொரு நாளும் வரக்கூடும்; ஆனால் அந்த எழுத்தாளர் புத்திசாலியாக இருந்தால், பேனாவால் சிந்திக்க இயலாத விஷயங்களைத் தன்னிடம் தக்கவைத்துக்கொள்வார், தன்னுடைய பிழைப்பையும் காப்பாற்றிக்கொள்வார்.

கணினியுலகில் இப்போது பரபரப்பாகப் பேசப்படும் 'செயற்கை அறிவு'(*Artificial Intellice*)ம் இப்படித்தான். ஏராளமான விவரங்களை வாசித்துத் தானே கற்றுக்கொள்கிற வல்லமையைக் கணினிகள் வளர்த்துக்கொண்டுள்ளன. அவற்றைப் பயன்படுத்திக்கொள்வது மனிதன் சமர்த்து, அவை வளர்ந்து இன்னும் புத்திசாலித்தனமாகும்போது இவனும் இன்னொரு தளத்துக்கு நகர்ந்தால், அது இன்னும் சமர்த்து.

குழப்புகிறதா? கொஞ்சம் நிதானமாகப் பார்ப்போம்.

நீங்கள் ஓர் இடத்திற்குச் செல்லவேண்டும். உங்களுடைய செல்பேசியிலிருக்கும் கூகுள் மேப்ஸிடம் உதவி கேட்கிறீர்கள். அந்த இடத்திற்குச் சென்று சேர 25நிமிடமாகும் என்று அது சொல்கிறது. அடுத்தநாள் அதே இடத்திற்குச் செல்ல மீண்டும் கூகுள் மேப்ஸிடம் வழிகேட்கிறீர்கள். இம்முறை 35நிமிடமாகும் என்று அது சொல்கிறது.

'நேற்றும் இங்கிருந்துதான் புறப்பட்டேன், இதே இடத்திற்குதான் சென்றேன், ஆனால், நேற்று 25நிமிடங்கள்தான் ஆகும் என்றாய்,

இன்றைக்கு *35நிமிடங்களாகும்* என்கிறாயே. இவற்றில் எது உண்மை? எது பொய்?' என்று கூகுள் மேப்ஸைக் கேட்டால் அது சிரித்துவிட்டுச்சொல்லும், 'நேற்றைக்கு நீங்கள் செல்வதாக இருந்த வழியில் போக்குவரத்து குறைவாக இருந்தது, ஆகவே, *25நிமிடங்கள்* என்று சொன்னேன். ஆனால் இன்றைக்கு அலுவலக நேரமல்லவா? அங்கே போக்குவரத்து அதிகமாக இருக்கிறது, அதனால்தான் *10நிமிடங்களை* அதிகப்படுத்திவிட்டேன்.'

யோசித்துப்பாருங்கள். நாம் செல்லப்போகும் பாதை எது என்று கூகுள் மேப்ஸ் கணினிக்கு எப்படித் தெரிந்தது? அந்த வழியில் போக்குவரத்து அதிகமாக இருக்கிறது என்று அதற்குச் சொன்னது யார்? அந்தப் போக்குவரத்து எந்த அளவுக்கு அதிகமாக இருக்கும் என்று தெரிவித்தது யார்? அதன் அடிப்படையில் அங்கே சென்று சேர எவ்வளவு நேரமாகும் என்று கணினி எப்படிக் கணக்கிட்டது? கூகுள் மேப்ஸ் வழங்கிக்குப் பக்கத்தில் யாரேனும் உட்கார்ந்து கொண்டு இதையெல்லாம் அதற்குச் சொல்லித்தருகிறார்களா என்றால், இல்லை. ஒவ்வொரு நகரிலும் வெவ்வேறு பகுதிகளில், வெவ்வேறு நேரங்களில் இருக்கிற, முன்பு இருந்த போக்குவரத்து நிலவரங்களைக் கணினி தொடர்ந்து கவனிக்கிறது, அதன் அடிப்படையில் எங்கிருந்து எங்கே செல்ல எவ்வளவு நேரமாகும் என்பதை அதுவே கற்றுக்கொள்கிறது.

இதுதான் செயற்கை அறிவா என்றால், இல்லை. அது இன்னும் விரிவான வரையறையைக் கொண்டது, அதற்கு இது ஓர் எளிய உதாரணம், அவ்வளவுதான்.

'செயற்கை அறிவு' என்றால், சாதாரணமாக மனிதன் தன்னுடைய மூளையைப் பயன்படுத்திச் செய்யக்கூடிய பணிகளை ஒரு கணினி அமைப்பு தானே செய்வது. எடுத்துக்காட்டாக, ஒரு புகைப்படத்தைப் பார்த்து அதில் யார் அல்லது என்ன உள்ளது என்று தெரிந்துகொள்வது, ஒரு குரலைக்கேட்டு அவர் என்ன சொல்கிறார் என்பதை அறிவது, பதில் சொல்வது, சிக்கலான பிரச்சனைகளில் இதைச் செய்யலாமா அதைச் செய்யலாமா என்று ஒப்பிட்டுத் தீர்மானிப்பது... இப்படி. இதற்கு இன்னொரு எடுத்துக்காட்டு, அமேசான் போன்ற இணையக் கடைகளில்

நீங்கள் ஒரு புத்தகம் வாங்குறீர்கள். அதற்குக் கீழே, "உங்களுக்கு இந்தப் புத்தகமும் பிடிக்கலாம்" என நான்கைந்து புத்தகங்கள் காட்டப்படுகின்றன.

ஆச்சரியமான விஷயம், அந்த நான்கைந்து புத்தகங்களுமே உங்களுக்குப் பிடித்தவையாக இருக்கின்றன!

அமேசானில் மட்டுமில்லை, இன்னும் பல இணையதளங்களில் இதுபோன்ற பரிந்துரைகளைப் பார்க்கலாம். எடுத்துக்காட்டாக, யூடியூபில் நாம் ஒரு வீடியோவைப் பார்த்தால், அதற்கு வலப்பக்கத்தில் பரிந்துரைக்கப்படும் வீடியோக்கள் அனைத்தும் நமக்குப் பிடித்தவையாக இருக்கின்றன. ஆகவே நாம் அவற்றைத் தொடர்ந்து கிளிக் செய்துகொண்டே இருக்கிறோம், அவர்களுடைய இணையதளத்தில் அதிகநேரம் செலவிடுகிறோம், அதனால் அவர்களுக்கு அதிக வருவாயை ஈட்டித்தருகிறோம்.

முன்பெல்லாம் இதை ஒரு மனிதன் செய்துகொண்டிருந்தான்: புத்தகக் கடைகளில் நம்மை வரவேற்று, நம் ஆர்வங்களைப் புரிந்துகொண்டு, 'சாருக்கு இந்தப் புத்தகம் பிடிக்கும்' என்று அவன் எடுத்துக்கொடுத்தான்; இசைக்கடையில் 'இந்தப் பாட்டெல்லாம் கேளுங்க, பிரமாதமா இருக்கும்' என்று பரிந்துரைத்தான்... அதையெல்லாம் இப்போது இயந்திரங்கள் செய்கின்றன.

ஆக, செயற்கை அறிவு என்பது மனிதனின் சிந்திக்கும் திறனைக் கணினிக்கு ஓரளவேனும் கொண்டுவருகிற ஒரு முயற்சி.

இங்கே 'ஓரளவேனும்' என்கிற சொல்தான் மிக முக்கியமானது. தற்போதைய நிலையில் கணினியால் மனிதனின் சிந்தனைத் திறனுக்குப் பக்கத்தில்கூட வர முடியாது. அதேசமயம், கணினிக்கென்று சில தனித்துவமான பலங்கள் (எகா: பெரும் நினைவுத்திறன், ஏராளமான தகவல்களை அதிவேகமாக அலசுதல் போன்றவை) உண்டு, அவற்றை மனிதன் நெருங்கமுடியாது. ஆகவே, கணினி தன்னுடைய பலங்களைப் பயன்படுத்தி மெல்லக் கற்றுக்கொள்ளத் தொடங்கியிருக்கிறது. இப்படிக் கற்றுக்கொண்ட விஷயங்களின்மூலம் தானே

சிந்தித்துத் தீர்மானங்களை எடுக்கத் தொடங்கியிருக்கிறது. இனி இவற்றை அங்கீகரிக்கும் பொறுப்பை மட்டும் மனிதன் வைத்துக்கொண்டால் போதுமானது.

எடுத்துக்காட்டாக, ஒரு வங்கியிடம் கடன்கோரி 10,000 பேர் விண்ணப்பித்திருக்கிறார்கள். இந்த 10,000 பேரில் யார் நல்லவர்கள், கடனை ஒழுங்காகத் திருப்பிச்செலுத்தக்கூடியவர்கள் என்று சிந்தித்து அவர்களுக்குக் கடன் வழங்க வேண்டியது அந்த வங்கியின் மேலாளருடைய பொறுப்பு.

பல காலமாக இந்தப் பொறுப்பை மனிதர்கள்தான் நிறைவேற்றி வந்தார்கள். அதாவது ஒருவருடைய விண்ணப்பத்தைக் கவனித்துப் பார்த்து, அவருடைய முந்தைய கடன் வரலாற்றைப் பார்த்து, அவருக்கு என்ன சம்பளம், அவரிடம் என்னென்ன சொத்துகள் உள்ளன, அவருக்கு யார் உத்தரவாதம் அளிக்கிறார்கள் என்பதையெல்லாம் கவனித்து, அதனடிப்படையில் அவருக்குக் கடன்தரலாமா வேண்டாமா என்று மனிதர்கள்தான் தீர்மானித்து வந்தார்கள்.

இப்போது இந்தப் பணியைப் பெருமளவு கணினிகளிடம் ஒப்படைத்துவிடுகிறார்கள். ஒவ்வொரு விண்ணப்பத்தையும் எடுத்துக்கொண்டு, அது தொடர்பான விவரங்களைத் திரட்டி, அதன் அடிப்படையில் அவருக்குக் கடன் வழங்கலாமா வேண்டாமா என்பதற்கான ஒரு மதிப்பெண்ணை இவையே இட்டுவிடுகின்றன.

உதாரணமாக முதல் விண்ணப்பதாரருக்குப் பத்துக்கு எட்டரை மதிப்பெண், இரண்டாவது விண்ணப்பதாரருக்கு பத்துக்கு மூன்றரை மதிப்பெண்தான். இதை வைத்து முதல் விண்ணப்பதாரருக்குக் கடன் தரலாம், இரண்டாவது விண்ணப்பதாரருக்குக் கடன் தருவது ஆபத்தான விஷயம் என்று வங்கி மேலாளருக்குப் புரிகிறது.

கணினி எப்படி இந்த எட்டரை மதிப்பெண்ணையும் மூன்றரை மதிப்பெண்ணையும் கணக்கிட்டது?

தானா எழுதும் பேனா!

முன்பெல்லாம், இந்த விவரங்களைப் பரிசோதித்து இப்படி மதிப்பெண் போடவேண்டும் என்று கணினிக்குச் சொல்லித்தந்துகொண்டிருந்தார்கள். ஆனால் இப்போது, 'நீ விவரத்தைக் கொடு, நானே ஆராய்ஞ்சு புரிஞ்சுக்கறேன்' என்கிறது அது.

எடுத்துக்காட்டாக, கடந்த பத்து வருடங்களில் ஒரு வங்கியிடம் கடன் வாங்கியவர்கள் யார் யார், அதை ஒழுங்காகத் திருப்பிச் செலுத்தியவர்கள் யார் யார் என்கிற விவரங்களையெல்லாம் கணினிக்குக் கொடுக்கிறோம்; அது அவற்றையெல்லாம் அலசிப்பார்த்து அதன் அடிப்படையில் யார் கடனை ஒழுங்காகத் திருப்பிச் செலுத்தக்கூடியவர்கள், யாரெல்லாம் ஏமாற்றக்கூடியவர்கள் என்பதை ஓரளவு துல்லியமாகவே கணக்கிட்டுவிடுகிறது.

பத்து வருடத்துக்குப் பதில் நூறு வருட விவரங்களைத் தந்தால், கணினியின் கற்கும் வேகம் அதிகரிக்கிறது, துல்லியமும் அதிகரிக்கிறது. இந்தக் கணக்கீடு மிகச்சரியாக இருக்கும் என்று சொல்வதற்கில்லை, மனிதர்கள் செய்யும் தீர்மானங்களே தவறாகிவிடும்போது இயந்திரங்கள் செய்யும் தீர்மானங்களிலும் தவறுகள் நடக்கத்தான் செய்யும்.

ஆனால் அதைப்பற்றி நாம் பெரிதாகக் கவலைப்பட வேண்டியதில்லை, ஒரு மேலாளர் மணிக்கணக்காக உட்கார்ந்து 10,000 விண்ணப்பங்களை வடிகட்டுவதைவிட ஒரு கணினி அவற்றை அதிவிரைவாக வடிகட்டிவிடும். பின்னர் மேலாளர் அதன் தீர்மானங்களைக் கவனித்து, அதை அடிப்படையாகக் கொண்டு தன்னுடைய தீர்மானத்தை எடுக்கலாம். ஒருவேளை கணினியின் தீர்மானம் தவறாக இருந்தால் அதனைக் கணினிக்கே சொல்லித்தரலாம், அது இதனைக் கற்றுக்கொண்டு அடுத்தமுறை இன்னும் சிறப்பான தீர்மானத்தை எடுக்கும்.

ஆக, கணினிக்கு நிறைய தகவல்களைத் தர வேண்டும், அதைத் தீர்மானமெடுக்க அனுமதிக்கவேண்டும், அந்தத் தீர்மானம் சரியா தவறா என்பதைக் கணினிக்குத் தொடர்ந்து சொல்லிக்கொண்டே இருக்கவேண்டும், இதனை நாம் செய்யச்செய்ய, கணினி மேலும்

மேலும் புத்திசாலியாகிக்கொண்டே செல்லும், அது எடுக்கும் தீர்மானங்கள் மேலும் மேலும் துல்லியமாகும்.

யோசித்துப்பார்த்தால், மனிதர்கள்கூட இப்படித்தானே? நேற்றைக்கு நாம் செய்த ஒரு விஷயத்தை இன்றைக்கு இன்னும் சிறப்பாகச் செய்கிறோம் என்றால் என்ன காரணம்? நேற்றைக்குக் கற்றுக்கொண்ட அனுபவம்தானே? அதைப்போன்ற நிலையில்தான் இப்போது கணினிகள் இருக்கின்றன.

செயற்கை அறிவு என்பது புதிய விஷயம் ஒன்றுமில்லை. பல ஆண்டுகளாகவே நிபுணர்கள் இதைப்பற்றிப் பேசிக் கொண்டிருக்கிறார்கள், பயன்படுத்திக்கொண்டிருக்கிறார்கள், தற்போது கூகுள், ஃபேஸ்புக் போன்ற பல பிரபல நிறுவனங்களின் முயற்சிகளால் இது பொதுமக்களும் பயன்படுத்தக்கூடிய அளவுக்கு எல்லாவற்றிலும் நிறையத் தொடங்கியிருக்கிறது.

வருங்காலத்தில் நாம் ஒவ்வொருவரும் நம்முடைய பணியைச் சிறப்பாகச் செய்வதற்குச் செயற்கை அறிவைப் பயன்படுத்திக் கொள்ளலாம், இன்றைய கணினிகள் விலைகுறைவானவை, குறைந்த நேரத்தில் நிறைய விவரங்களை அலசிப்பார்த்து நமக்குத் தீர்மானம் எடுக்க உதவக்கூடியவை.

அதேசமயம் நாம் முழுமையாகக் கணினிகளையே நம்பி வாழத் தொடங்கிவிடுவோமோ என்றோ, கணினிகள் நம்மீது போர் தொடுத்து நம்மை ஆட்சிசெய்யத் தொடங்கிவிடுமோ என்றோ பயப்படவேண்டியதில்லை. அதற்கெல்லாம் இன்னும் நாளிருக்கிறது.

அதுவரை, நாம் விரைவாக வேலை செய்வதற்கான ஒரு கருவியாகக் கணினியைப் பயன்படுத்திக்கொள்ளலாம், எங்கெல்லாம் சாத்தியமோ அங்கெல்லாம் அதன் செயற்கை அறிவைப் பயன்படுத்தி, நம்முடைய மூளை சூடாவதைக் கொஞ்சம் குறைத்துக்கொள்ளலாம்; அது ஒருபக்கம் செயற்கை அறிவை வளர்த்துக்கொண்டிருக்க, நம்முடைய இயற்கை அறிவைப் பயன்படுத்தி அதை வென்றுவிடலாம்.

(ஃபிப்ரவரி 2017)

தெளிவான எழுத்தும் ஆழமான ஆய்வும் நிறைந்த நூல்களுக்காகத் தமிழ் வாசகர்களிடையில் நன்கு அறியப்பட்டுள்ள என். சொக்கன் புனைவு, வாழ்க்கை வரலாறு, நிறுவன வரலாறு, தன்னம்பிக்கை, சிறுவர் இலக்கியம் உள்ளிட்ட துறைகளில் இதுவரை எழுபதுக்கும் மேற்பட்ட நூல்கள், நூற்றுக்கணக்கான கதைகள், கட்டுரைகளை எழுதியுள்ளார். விரிவான ஆய்வுகள், சான்றுகளின் அடிப்படையிலான ஆழமான வரலாற்று நூல்களைத் தமிழில் எழுத இயலும், அவற்றைப் பெரும்பான்மை வாசகர்களுக்குக் கொண்டுசேர்க்கவும் இயலும் என்பதைப் பலமுறை நிரூபித்த எழுத்து வகை இவருடையது.

தமிழ், ஆங்கிலம் ஆகிய இரு மொழிகளிலும் எழுதும் சொக்கனுடைய நூல்கள் ஹிந்தி, கன்னடம், மலையாளம் உள்ளிட்ட பல மொழிகளில் மொழிபெயர்ப்பாகியுள்ளன.

www.ingramcontent.com/pod-product-compliance
Lightning Source LLC
LaVergne TN
LVHW041701190726
843493LV00007B/1903